Center for Applied Linguistics
Vietnamese Refugee Education Series: 1

(for Vietnamese speakers)

English-Vietnamese Phrasebook

with

Useful Word List

by

Nguyen Hy Quang

August 1975

Library of Congress Catalog Card No.: 75-24856
ISBN: 87281-043-7

Printed in the U.S.A.

The Center for Applied Linguistics, a non-profit Ford Foundation-supported national center for the application of linguistic research, has responded to the urgent need created by the immigration of thousands of Vietnamese to this country by developing the present material for use by the refugees and others working with them. It is our hope that this material will contribute to bridging the language and cultural barrier, and help the refugees to take their place as new members of American society.

ENGLISH-VIETNAMESE PHRASEBOOK

Table of Contents

INTRODUCTION

The English phrases in this phrasebook are grouped by subjects and are selected for their directness, brevity, and relevance to the needs of a newly-arrived Vietnamese resident in the United States. They are, for the most part, presented in the form of short, two-line dialogues. The user <u>says</u> whichever part is appropriate, and with tapes, can <u>listen</u> to the other part as a practice in listening comprehension.

As with all phrasebooks, this one is not intended as a textbook for learning English step by step. It is intended rather as a handy reference book which the user can carry around with him or her for immediate reference when an English phrase or word is needed.

The phrases and supplementary vocabulary in the nineteen units cover a wide range of situations and serve to introduce a new Vietnamese resident to the daily activities of life in the United States. The two wordlists of 1500 words each provide him or her with terms which he or she most frequently needs. The cassette tapes which accompany the phrasebook and which are available separately, provide spoken models of both the English and the Vietnamese phrases. In many phrases, the important English word and its Vietnamese equivalent are underlined.

The author wishes to thank the members of five Vietnamese families, whose urgent needs, arising out of their sudden introduction to a new life in America, served as the basis for most of the phrases contained in this phrasebook.

Nguyen Hy Quang

LỜI GIỚI THIỆU

Những câu nói bằng Anh ngữ trong sách nầy được xếp đặt theo đề tài, và được lựa chọn vì có tính cách trực tiếp, gọn ghẽ, và phù hợp với nhu cầu của một Việt kiều mới sang trú ngụ tại đất Mỹ. Phần lớn những câu nói nầy được trình bày dưới hình thức đối thoại ngắn có hai phần vấn và đáp. Người dùng sách chỉ <u>nói</u> phần thích hợp cho mình, còn phần kia thì dùng để tập <u>nghe</u> từ giấy băng nói ra cho mau hiểu.

Cũng như mọi cuốn sách thuộc loại nầy, tập sách nầy không có chủ đích dùng làm sách giáo khoa để học Anh ngữ từng bước một. Trái lại, chủ đích là để dùng làm một cuốn sách tiện dụng mà người dùng, bất cứ đi đâu, có thể mang theo để khi nào cần một câu gì hoặc một chữ nào thì có thể tra ngay.

Những câu nói và ngữ vựng bổ túc trong mười chín chương của sách bao gồm rất nhiều trường hợp và khung cảnh khác nhau, và là tài liệu giới thiệu với một Việt kiều mới đến Mỹ những hoạt động thường ngày trong đời sống tại Hoa Kỳ. Hai tập tự điển tí hon Việt-Anh và Anh-Việt ở cuối sách, mỗi tập 1500 chữ, cung cấp những chữ cần dùng nhứt. Và hai cuộn giấy băng, phát hành cùng cuốn sách nhưng bán riêng, có ghi âm cả phần Anh ngữ lẫn Việt ngữ. Trong nhiều câu, chữ quan trọng có gạch ở dưới.

Tác giả xin thành thật cám ơn năm gia đình Việt Nam mới đến Mỹ; những nhu cầu cấp bách của quí vị khi đột ngột chuyển sang một đời sống mới tại Mỹ đã làm bối cảnh cho nhiều câu nói trong tập sách nầy.

Nguyễn Hy Quang

Map of the United States -- Bản đồ nước Hoa-Kỳ

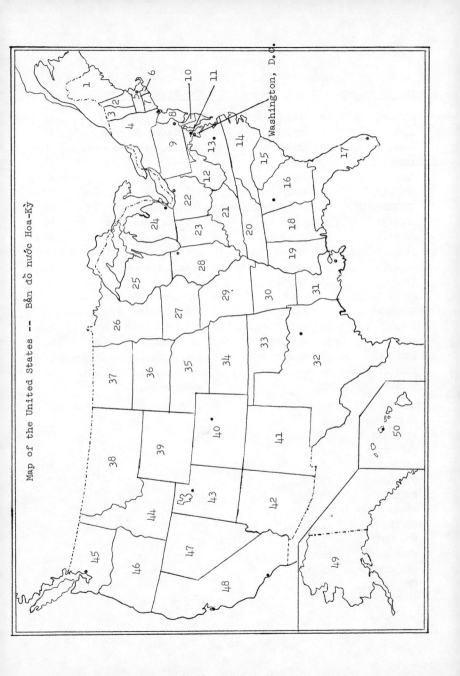

THE 50 STATES:

ALABAMA	18	NORTH DAKOTA	37
ALASKA	49	OHIO	22
ARIZONA	42	OKLAHOMA	33
ARKANSAS	30	OREGON	46
CALIFORNIA	48	PENNSYLVANIA	9
COLORADO	40	RHODE ISLAND	6
CONNECTICUT	7	SOUTH CAROLINA	15
DELAWARE	10	SOUTH DAKOTA	36
FLORIDA	17	TENNESSEE	20
GEORGIA	16	TEXAS	32
HAWAII	50	UTAH	43
IDAHO	44	VERMONT	3
ILLINOIS	28	VIRGINIA	13
INDIANA	23	WASHINGTON	45
IOWA	27	WEST VIRGINIA	12
KANSAS	34	WISCONSIN	25
KENTUCKY	21	WYOMING	39
LOUISIANA	31		
MAINE	1		
MARYLAND	11		
MASSACHUSETTS	1		
MICHIGAN	24		
MINNESOTA	26		
MISSISSIPPI	19		
MISSOURI	29		
MONTANA	38		
NEBRASKA	35		
NEVADA	47		
NEW HAMSHIRE	2		
NEW JERSEY	8		
NEW MEXICO	41		
NEW YORK	4		
NORTH CAROLINA	14		

IMPORTANT CITIES:

Atlanta, Georgia	16
Baltimore, Maryland	11
Boston, Massachusetts	5
Chicago, Illinois	28
Cleveland, Ohio	22
Dallas, Texas	32
Denver, Colorado	40
Detroit, Michigan	24
Honolulu, Hawaii	50
Los Angeles, California	48
Miami, Florida	17
New Orleans, Louisiana	31
New York, New York	4
Philadelphia, Pennsylvania	9
Richmond, Virginia	13
Salt Lake City, Utah	43
San Francisco, California	48
Seattle, Washington	45
Washington, D.C.	

COPING WITH THE LANGUAGE BARRIER
Vấn đề ngôn ngữ

What is your <u>name</u>?	Ông <u>tên</u> là gì?
-- My name is Minh.	-- Tôi tên là Minh.
(I am sorry) I don't <u>understand</u>.	(Tôi xin lỗi) tôi không <u>hiểu</u>.
I don't <u>speak</u> English (very well).	Tôi <u>nói</u> tiếng Anh không được (thạo lắm).
I don't know very much English.	Tôi không thạo tiếng Anh lắm.
Please speak <u>slowly</u>.	Xin nói <u>chậm chậm</u>.
I still don't understand. Please say that again.	Tôi vẫn chưa hiểu. Xin nhắc lại lần nữa.
Do you understand?	Ông có hiểu không?
-- Yes. I understand.	-- Hiểu. Tôi hiểu.
-- No. I don't understand.	-- Không. Tôi không hiểu.
(Speaker pointing to a fork):	(Chỉ vào cái nĩa):
<u>What</u> is this in English?	Bằng tiếng Anh cái nầy là <u>cái gì</u>?
(What do you call this?)	(Cái nầy kêu là cái gì?)
-- It is a fork.	-- Kêu là "fork".
I don't understand this. Can you <u>help</u> me?	Có cái nầy tôi không hiểu. Xin làm ơn <u>giúp</u> tôi.

1

I understand some of it.	Tôi hiểu được chút ít.
I understand all of it.	Tôi hiểu hết.
I don't understand all of it.	Tôi không có hiểu hết tất cả.
I can speak French.	Tôi biết nói tiếng Pháp.
Do you speak French?	Ông biết nói tiếng Pháp không?
I want to learn more English.	Tôi muốn học thêm tiếng Anh.
Thank you for helping me learn more English.	Xin cảm ơn đã giúp tôi học thêm tiếng Anh.
I am studying English at school.	Tôi hiện đang học tiếng Anh ở trường.
I am studying English at home.	Tôi hiện đang học tiếng Anh ở nhà.
I am studying English with an American friend.	Tôi hiện đang học tiếng Anh với một người bạn Mỹ.
(Pointing to a written word:) How do you say this word?	(Chỉ vào một chữ tiếng Anh:) Chữ này đọc làm sao?
What does this word mean?	Chữ này nghĩa là gì?
What does this sentence mean?	Câu này nghĩa là gì?
Does anybody here speak Vietnamese?	Ở đây có ai biết nói tiếng Việt không?
Is there a Vietnamese-English dictionary here?	Ở đây có tự diển Việt-Anh không?
Is there an English-Vietnamese dictionary here?	Ở đây có tự diển Anh-Việt không?
How do you say it?	Nói làm sao?
That is very difficult.	Khó quá.

That is <u>easy</u>.	Dễ lắm.
I don't know how to say it in English.	Bằng tiếng Anh tôi không biết nói làm sao.
I am learning more English everyday.	Càng ngày tôi càng học thêm được nhiều tiếng Anh.
Did I say it <u>right</u>?	Tôi nói như vậy có <u>đúng</u> không?
How do you <u>spell</u> your name? -- It is M-I-N-H.	Tên ông <u>đánh vần</u> làm sao? -- M-I-N-H.
How do you spell "school"? -- It's S-C-H-O-O-L.	Chữ "school" đánh vần làm sao? -- S-C-H-O-O-L.
Did I spell this word right? -- That's not right. "School" is spelled S-C-H..., not S-K ...	Chữ nầy tôi viết vậy đúng hay sai? -- Không đúng. "School" viết là S-C-H ..., chớ không phải là S-K ...
I have brought a friend along to help me with my English.	Tôi có người bạn đi theo để giúp tôi về tiếng Anh.
This is Nguyen Van Tam, a <u>good friend</u> of mine.	Đây là ông Nguyễn Văn Tâm, một người <u>bạn thân</u> của tôi.

<u>The alphabet:</u>

A B C D E F G H I J K L M N O P Q

R S T U V W X Y Z

UNIT 2
USEFUL FORMS OF ETIQUETTE
Phép xã giao

Hello. (or Hi.)   (Lời dùng để chào, bất cứ lúc nào.)

Good morning.   (Lời dùng để chào, buổi sáng.)

Good afternoon.   (Lời dùng để chào, buổi chiều.)

Good evening.   (Lời dùng để chào, buổi tối.)

Goodbye.   (Lời dùng khi từ giả.)

Good night.   (Lời dùng khi từ giả, ban đêm.)

How are you?   (Lời hỏi thăm sức khoẻ.)
-- I am fine. Thank you. (Dùng để trả lời khi có ai hỏi
   And you?   thăm sức khoẻ mình và để hỏi
                           lại).

-- I am fine, too.   (Dùng để trả lời lại, khi được
                           hỏi thăm.)

Thank you (very much). (Lời dùng để cám ơn.)
-- You are welcome.   (Lời dùng để trả lời khi có ai
-- Don't mention it.   cám ơn mình.)

*Thanks.   (Lời dùng để cám ơn.)

* Thanks a lot.   (Lời dùng để cám ơn.)

  Excuse me.   (Lời dùng để xin phép.)

  Pardon me.   (Lời dùng để xin phép.)

  I am sorry.   (Lời dùng để xin lỗi, khi mình
                                                    bị lầm lỗi.)

  That is very good.   (Lời dùng để tỏ ý rất bằng lòng.)

  Congratulations. kɔngrǽtjuleiʃənz   (Lời dùng để chia vui.)

  My name is .....   (Lời dùng để tự giới thiệu.)

  This is Mr. .....   (Lời dùng để giới thiệu ông ...)

  This is Mrs. .....   (Lời dùng để giới thiệu Bà ...)

  This is Miss .....   (Lời dùng để giới thiệu cô ...)

  I am pleased to meet you.   (Lời dùng để nói khi mình được
                                                    giới thiệu với ai.)

  Please come in.   (Lời dùng để mời khách vào.)

  Please sit down.   (Lời dùng để mời khách ngồi.)

* Good luck.   (Lời dùng để chúc ai được thành
                                                    công trong việc gì.)

  Have a good trip.   (Lời dùng để chúc ai đi đâu xa
                                                    được mọi sự bình yên.)

* Have a good day.   (Lời dùng để chúc ai suốt ngày
                                                    được mọi sự như ý.)

  -- Thank you. You, too.   (Lời dùng để cám ơn và chúc lại.)

* So long.   (Lời dùng khi từ giả.)

* I'll see you later.   (Lời dùng khi từ giả.)

5

*Take care.   (Lời dùng khi từ giã.)

Thank you. That's very nice   (Lời dùng để cám ơn ai đã giúp
of you.   mình việc gì.)

*May I help you?   (Lời dùng để nói khi muốn giúp
                                       ai việc gì.)

<u>Lời chú:</u>
Những câu có đánh sao (*) là những lời bạn có thể nghe người Mỹ
dùng với bạn, tuy bạn muốn dùng thì cần phải thông thạo tiếng Anh
hơn bây giờ nhiều mới biết cách dùng đúng.

<u>Note:</u>
Phrases marked with an asterisk (*) are those you may hear
Americans use when they speak to you; to use them correctly
yourself, you need to know more English.

GIVING INFORMATION ABOUT YOURSELF
Bối cảnh cá nhân

My name is Le Van Khai	Tôi tên là Lê-Văn-Khai.
My <u>family name</u> is Le (or, My surname is Le; or also, My last name is Le)	Tôi <u>họ</u> Lê.
My <u>given name</u> is Khai (or also, My first name is Khai).	<u>Tên tục</u> là Khai.
My <u>middle name</u> is Van.	<u>Tên lót</u> là Văn.
I only <u>use</u> my given name Khai.	Tôi chỉ <u>dùng</u> tên Khai thôi.
We only use our given names.	Người Việt Nam chỉ dùng tên tục để mà kêu nhau.
Le Van Khai is how I <u>write</u> my name the Vietnamese way.	Tên tôi <u>viết</u> theo lối Việt Nam là Lê-Văn-Khai.
Khai Van Le is how to write my name <u>the American way.</u>	Tên tôi viết theo <u>lối Mỹ</u> thì là Khai Van Le.

The American way has the given name first.

Lối Mỹ để tên tục ra phía trước.

The Vietnamese way has the family name first.

Lối Việt-Nam để họ ra phía trước.

<u>Call</u> me Khai. That is the name I go by.

Xin <u>kêu</u> tôi là Khai. Đó là tên tôi dùng trong mọi trường hợp.

(Speaker introducing <u>wife</u>:)
This is my wife Oanh.

(Giới thiệu <u>vợ</u>:)
Đây là nhà tôi; tên là Oanh.

(Speaker introducing <u>husband</u>:)
This is my husband Khai.

(Giới thiệu <u>chồng</u>:)
Đây là nhà tôi; tên là Khai.

This is my son Huy.

Đây là cháu trai của tôi; tên là Huy.

What is your last name
(family name)?
-- My last name (family
   name) is Le.

Ông họ gì?

-- Dạ tôi họ Lê.

What is your first name?
-- My first name is Khai.

Ông tên tục là gì?
-- Dạ tôi tên là Khai.

This is my daughter Lan.

Đây là cháu gái của tôi; tên là Lan.

Excuse me. What is your name?

Xin lỗi. Thưa ông tên gì?

How do you spell your name?
-- It is K-H-A-I.

Tên ông đánh vần làm sao?
-- K-H-A-I.

How do say it?

Nói làm sao?

Where are you from?
-- I am from Vietnam.

Ông quê quán ở đâu?
-- Tôi quê quán ở Việt Nam.

I am Vietnamese.

Tôi là người Việt-Nam.

Where were you born?
-- I was born in Vinh Long,
   South Vietnam.

Ong sanh ở đâu?
-- Tôi sanh ở Vĩnh Long, tại
   miền Nam Việt Nam.

How do you spell it?
-- It is V-I-N-H, and L-O-N-G.

Đánh vần làm sao?
-- V-I-N-H, và L-O-N-G.

When were you born?
-- I was born on May 17, 1940
   (May seventeenth, nineteen
   forty).

Ong sanh ngày nào?
-- Tôi sanh ngày 17 tháng 5,
   1940.

What is your date of birth?

Ông sanh ngày nào?

How many children do you have?
-- I have four children.

Ông có mấy con?
-- Tôi có bốn con.

Do you have relatives in the US?
-- No. I don't have any
   relatives in the US.

Ong có bà con ở tại Mỹ không?
-- Tôi không có bà con ở tại Mỹ.

I have an American sponsor.

Tôi có một người Mỹ nhận bảo trợ.

I don't have a sponsor.

Tôi không có người bảo trợ.

My daughter married an American
citizen.

Con gái tôi có chồng là người Mỹ.

My daughter has American citizen-
ship.

Con gái của tôi có quốc tịch Mỹ.

I am being sponsored by a
voluntary agency.

Tôi đang được một cơ quan từ thiện
giúp đỡ.

The name of the agency is ...

Tên của cơ quan đó là ...

I have a (green) <u>Immigrant Registration Card.</u>	Tôi có <u>thẻ xanh.</u>
The registration number of my card is ...	Thẻ xanh của tôi số ...
I do not have a <u>passport.</u>	Tôi không có <u>thẻ thông hành.</u>
All my <u>papers</u> were lost.	<u>Giấy tờ</u> của tôi mất hết.
I finished <u>primary school.</u>	Tôi đã học xong <u>tiểu học.</u>
I finished <u>secondary school.</u>	Tôi đã học xong <u>trung học.</u>
I finished <u>college.</u>	Tôi đã học xong <u>đại học.</u>

THE FAMILY
Gia đình

parents	cha mẹ
father	cha
mother	mẹ
father-in-law	(cha vợ, hoặc cha chồng)
mother-in-law	(mẹ vợ, hoặc mẹ chồng)
grandparents	ông bà
grandfather	ông (nội, ngoại)
grandmother	bà (nội, ngoại)
grandchildren	cháu chắc
children	con cái
child	con
son	con trai
daughter	con gái
stepson	(con trai riêng của chồng, hoặc của vợ)
stepdaughter	(con gái riêng của chồng, hoặc của vợ)

son-in-law	rể
daughter-in-law	dâu
husband	chồng
wife	vợ
brother	anh, hoặc em trai
sister	chị, hoặc em gái
older brother	anh
younger brother	em trai
older sister	chị
younger sister	em gái
half brother	(anh khác cha, hoặc khác mẹ: em trai khác cha, hoặc khác mẹ)
half sister	(chị, hay là em gái: khác cha, hoặc khác mẹ)
relatives	bà con
uncle	chú, bác, cậu, dượng
aunt	cô, dì
cousin	anh em/chị em chú bác, cô dì
niece	cháu gái
nephew	cháu trai

RECOGNIZING SIGNS
Vài biểu hiệu cần thiết

Entrance	Lối vào
Exit	Lối ra
Push	Đẩy vào
Pull	Kéo ra
Danger	Nguy hiểm
Restroom	Nhà Vệ Sinh/Phòng Vệ Sinh
Ladies _or_ Women	Đàn bà (nhà vệ sinh)
Gentlemen _or_ Men	Đàn ông (nhà vệ sinh)
Emergency Exit	Lối ra khi nguy cấp
Fire Escape	Lối ra khi có hoả hoạn
Fire Alarm	Hệ thống báo hoả
No Littering	Cấm xả rác
No Smoking	Cấm hút thuốc

No Admission	Cấm vào
Step Up	Coi chừng bước lên tầng cấp
Step down	Coi chừng bước xuống tầng cấp
Wet Paint	Sơn còn ướt
For Sale	Muốn bán
For Rent	Cho mướn
Beware of dog	Coi chừng chó dữ
Hours: 9:00 a.m. - 5:00 p.m.	Giờ mở cửa: 9 giờ sáng tới 5 giờ chiều
Keep off the grass -	Đừng đi lên cỏ
Hospital	Bệnh viện
U.S. Mail	Bưu điện Hoa-Kỳ (dấu hiệu trên thùng thơ)
Post Office	Nhà Bưu Điện
Bank	Ngân Hàng
Elevator	Thang máy
Stairs	Tầng cấp
Up	Lên
Down	Xuống
Exact Fare Only	(Dấu hiệu ở cửa lên xe buýt cho biết hành khách phải trả đúng số tiền đi xe, chớ tài xế sẽ không thối tiền.)

Delivery in Rear — (Bản hiệu treo trước cửa, cho biết đến giao hàng hoặc đưa đồ vật gì thì phải đi ngã sau)

Out of Order — Bị hư không chạy

To Lobby — Ngã nầy đến Lobby (thường thường trong một cao ốc Mỹ, Lobby là một phòng đợi rộng rãi ở gần cửa ra vào. Muốn đi ra đường thường phải đi qua Lobby)

Wet Floor — Sàn nhà mới chùi còn ướt

North — Bắc

South — Nam

East — Đông

West — Tây

Waiting Room — Phòng đợi

Use Nickels, Dimes, or Quarters — (Câu đề trên các loại máy tự động bán đồ, cho biết máy chỉ nhận những đồng 5 xu, 10 xu, và 25 xu thôi)

Change — (Tiền do máy tự động thối lại)

CONVERTING WEIGHTS AND MEASURES

Hệ thống đo lường tương đương

1 meter (thước)

1 yard

Bề dài

1 inch	25,4 ly
1 foot (12 in.)	0,30 thước
1 yard (3 ft)	0,91 thước
1 mile (1760 yd)	1,61 cây số
1 ly	0.04 inch
1 phân	0.40 inch
1 thước	3.30 feet
1 cây số	0.62 mile

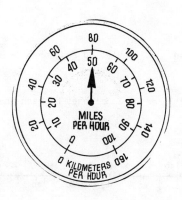

phân inches
(cm.) (in.)

Thể tích

1 teaspoon	1 muỗng cà phê
1 tablespoon	1 muỗng xúp
1 fluid ounce	0,03 lít
1 cup (8 fluid ounces)	0,23 lít
1 pint (2 cups)	0,47 lít
1 quart (2 pints)	0,95 lít
1 gallon (4 quarts)	3,78 lít
1 lít	1.06 quarts

1 lít   1 quart

Nhiệt độ

212 độ Fahrenheit	100 độ bách phân
122	50
104	40
86	30
68	20
50	10
32	0
14	- 10
0	- 17.8
- 4	- 20
- 22	- 30

Nhiệt độ bách phân $= $ (nhiệt độ Fahrenheit $- 32$) $\times \dfrac{5}{9}$

Nhiệt độ Fahrenheit $= \left(\dfrac{9}{5} \times \text{nhiệt độ bách phân} \right) + 32$

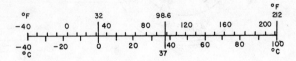

16

1 kí lô 1 pound

Trọng lượng

1 ounce (1 oz)	28,35 gam
1 pound (1 lb)	0,45 kí lô
1 ton (2000 lbs)	0,90 tấn
1 gam	0.035 ounce
1 kí lô	2.200 pounds
1 tấn	1.100 tons

UNIT 6
USING NUMBERS
Dùng số

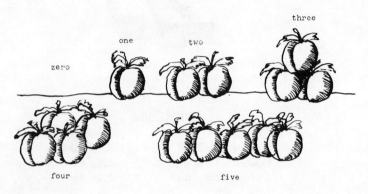

zero

one

two

three

four

five

Cardinal numbers:

0	zero					
1	one	11	eleven	21	twenty-one	200 two hundred
2	two	12	twelve	22	twenty-two	1,000 one thousand
3	three	13	thirteen	30	thirty	2,000 two thousand
4	four	14	fourteen	40	forty	10,000 ten thousand
5	five	15	fifteen	50	fifty	100,000 one hundred
6	six	16	sixteen	60	sixty	thousand
7	seven	17	seventeen	70	seventy	1,000,000 one million
8	eight	18	eighteen	80	eighty	
9	nine	19	nineteen	90	ninety	
10	ten	20	twenty	100	one hundred	

Ordinal numbers (Số thứ tự):

1st	first	20th	twentieth
2nd	second	30th	thirtieth
3rd	third	100th	hundredth
4th	fourth	1000th	thousandth
5th	fifth	1/2	one-half
6th	sixth	1/3	one-third
7th	seventh	2/3	two-thirds
8th	eighth	1/4	one-fourth (or one quarter)
9th	ninth	3/4	three-fourths (or three quarters)
10th	tenth	5/8	five-eighths

What is your phone number?
-- My phone number is 643-8709
   (six four three, eight seven
   oh nine.)

Số điện thoại của ông là mấy?
Số điện thoại của tôi là
643-8709.

What is the room number?
-- The room number is 532 (five
   thirty-two).

Phòng số mấy?
-- Phòng số 532.

What is the house number?
-- The house number is 1246
   (twelve forty-six).

Nhà số mấy?
-- Nhà số 1246.

Do you have a Social Security
number?
-- Yes. I do. My Social Security
   number is 465-54-9908.

Ông được cấp thẻ Cứu-tế Xã-hội
của Chánh-Phủ chưa?
-- Số thẻ Cứu-tế Xã-hội của tôi
   là 465-54-9908.

How many children do you have?
-- I have two children.

Ông có mấy con?
-- Tôi có hai con.

How much time do you need?
-- I need three days.

Ông cần bao nhiêu thì giờ?
-- Tôi cần ba ngày.

How much <u>money</u> do you have?
-- I have twenty dollars.

Ông có bao nhiêu <u>tiền</u>?
-- Tôi có hai mươi Mỹ kim.

How <u>much</u> is this?
-- It's $2.98 (two ninety-eight)

Cái nầy giá <u>bao nhiêu</u>?
-- 2 Mỹ kim 98.

How much would it <u>cost</u>?
-- It would cost about ten dollars.

<u>Tốn</u> chừng bao nhiêu tiền?
-- Sẽ tốn chừng mười Mỹ kim.

How old are you?
-- I am 36 years old.

Ông bao nhiêu tuổi?
-- Tôi 36 tuổi.

How <u>tall</u> are you?
-- I am five feet four (inches).

Ông <u>cao</u> bao nhiêu?
-- Tôi cao 5 ft. 4 (1,60 mét)
    (1 ft. : 0,30 mét)

How much do you <u>weigh</u>?
-- I weigh 135 pounds.

Ông <u>cân</u> nặng bao nhiêu?
-- Tôi cân nặng 135 lbs
    (1,60 mét).

How <u>long</u> is this?
-- It is 64 inches.

Cái nầy <u>dài</u> bao nhiêu?
-- Cái nầy dài 64 inches
    (162,6 cm).

How <u>heavy</u> is it?
-- It is about 25 pounds.

<u>Nặng</u> chừng bao nhiêu?
-- Chừng 25 pounds (11,25 kí lô).

How much <u>gas</u> can this hold?
-- It can hold two gallons.

Cái nầy đựng được bao nhiêu <u>xăng</u>?
-- Đựng được chừng hai gallons
    (7,50 lít).

How much <u>water</u> should I use?
-- Use about three cups.

Phải dùng bao nhiêu <u>nước</u>?
-- Hãy dùng chừng 3 cups
    (0,69 lít).

What is the <u>temperature</u> today?

-- It is about 85 degrees.

Hôm nay trời <u>nhiệt độ</u> là bao
nhiêu?
-- Chừng 85 độ (29,45 bách phân).

Is it very <u>cold</u> outside?
-- Yes. It's 24 degrees.

Ở ngoài trời có <u>lạnh</u> lắm không?
-- Lạnh. 24 độ (4,4 bách phân).

Is it very <u>hot</u> outside?
-- Yes. It's 96 degrees.

Ở ngoài trời có <u>nóng</u> lắm không?
-- Nóng. 96 độ (35;5 bách phân).

Who wants to be first?
-- I want to be first.

<u>Ai</u> muốn đi đầu?
-- Tôi muốn đi đầu.

Is this the <u>first time</u>?
-- No. This is the second time.

Có phải đây là <u>lần thứ nhứt</u> không?
-- Không. Đây là lần thứ nhì.

Excuse me. Where is the <u>rest room</u>?
-- The third door on the left.

Xin lỗi. <u>Phòng vệ sinh</u> ở đâu?

-- Cửa thứ ba bên tay trái.

What is the date today?
-- It is Thursday, the 25th (twenty-fifth).

Hôm nay là mấy tây?
-- Thứ năm, 25 tây.

Is this the last one?
-- Yes. This is the last one.
-- No. This is the next to last.
-- No. There are three/many more.

Đây là cái cuối cùng, phải không?
-- Phải. Đây là cái cuối cùng.
-- Không. Còn một cái nữa.

-- Không. Còn ba/nhiều cái nữa.

UNIT 7
DEALING WITH MONEY
Vấn đề tiền bạc

penny/cent   dime   nickel   quarter

dollar ($) ($1.00)	(đồng Mỹ kim)
half-dollar , fifty cents ($.50 ; 50¢)	(đồng 50 xu)
quarter , twenty-five cents($.25 ; 25¢)	(đồng 25 xu)
dime , ten cents ($.10 ; 10¢)	(đồng 10 xu)
nickel , five cents ($.05 ; 5¢)	(đồng 5 xu)
penny/cent (¢) ($.01 ; 1¢)	(đồng một xu)

Do you have any money?

-- Yes. I have some money.

-- No. I don't have any money.

ông có tiền không?

-- Có. Tôi có tiền.

-- Không. Tôi không có tiền.

How much money do you have?

-- I have 10 dollars.

-- I don't have <u>enough</u> money.

ông có bao nhiêu tiền?

-- Tôi có 10 Mỹ kim.

-- Tôi không có <u>đủ</u> tiền.

Do you have change for <u>a dollar</u>?

(Tôi có tấm giấy <u>một Mỹ kim</u>, ông làm ơn đổi giùm.)

Do you have change for <u>a quarter</u>?

(Tôi có <u>đồng 25 xu</u>, ông làm ơn đổi giùm.)

22

Do you have change for a one/a five?   (Tôi có tấm giấy một/năm Mỹ kim
                                       ông làm ơn đổi giùm)

How much do I owe you?   Tôi thiếu ông bao nhiêu tiền?
-- You owe me three dollars and   -- Ông thiếu tôi 3 Mỹ-kim
   thirty-five cents.   35 xu.

How much would it cost?   Phải tốn mất bao nhiêu tiền?
-- It would cost a lot of money.   -- Tốn mất nhiều tiền lắm.

You gave me a dime too much.   Cô thối dư 10 xu.

I'm afraid you made a mistake.   (Câu dùng để nói cho đúng phép
                                       lịch sự khi người ta thối tiền
                                       thiếu.)

How much is this?   Cái nầy giá bao nhiêu?
-- It's $1.95 (one ninety five)   -- Giá 1 Mỹ kim 95, chưa kể
   plus tax.   thuế.
-- It's $1.95 including tax.   -- Giá 1 Mỹ kim 95, kể thuế
                                          vào rồi.

  Lưu ý: Tuy có những trường hợp đặc biệt mà người mua có thể
trả giá, ở tại Mỹ thường thường những đồ vật mua tại các nhà
hàng đều có giá nhứt định.

Does this include tax?   Giá đó có kể thuế vào chưa?

Will you take a check?   Tôi trả bằng ngân phiếu có
                                       được không?

Here is my identification.   Đây là giấy căn cước của tôi.

(At the post office:)   (Ở tại nhà bưu điện:)
I would like to buy a money order,   Tôi muốn mua một cái bưu phiếu.
please.

(At the bank:)
I would like to open <u>a checking</u>
<u>account</u>.

I would like to open <u>a savings</u>
<u>account</u>.

I would like to <u>deposit</u> some money
in my account.

I would like to <u>withdraw</u> some
money.

I would like to cash this check,
please. I have an account here.

Here is my name and my account
number.

(Ở tại nhà băng:)
Tôi muốn mở một <u>trương mục</u>
<u>chi phiếu</u>.

Tôi muốn mở một <u>trương mục</u>
<u>tiết kiệm</u>.

Tôi muốn <u>bỏ</u> thêm tiền <u>vào</u>
trương mục của tôi.

Tôi muốn <u>lấy</u> một ít tiền trong
trương mục <u>ra</u>.

Tôi có cái ngân phiếu nầy,
muốn lãnh tiền mặt. Tôi có
trương mục tại nhà băng nầy.

Đây là tên và số trương mục
của tôi.

DEALING WITH TIME
Thời gian

What time is it? (or	Bây giờ mấy giờ rồi?
Do you have the time?)	
-- It is 9:15 (nine fifteen)	-- 9 giờ 15.
-- It is ten minutes to five (4:50)	-- 5 giờ thiếu mười.
-- It is half past three (3:30)	-- 3 giờ rưởi.
-- It is a quarter to seven/	-- 7 giờ thiếu 15.
six forty-five.	
What is the date today? or	Hôm nay là mấy tây?
What day of the month is this?	
-- It is Thursday, the 18th	-- Thứ năm, 18 tây.
(eighteenth).	
What day of the week is this?	Hôm nay là thứ mấy?
-- It is Wednesday.	-- Thứ tư.
What time do you open in the	Buổi sáng mấy giờ thì mở cửa?
morning?	
What time do you close?	Mấy giờ đóng cửa?

Are you open on Saturdays and Sundays?

Thứ bảy, chủ nhựt có mở cửa không?

We are <u>early</u>.

Chúng ta đến <u>sớm</u>.

We are <u>late</u>.

Chúng ta trễ rồi.

When did you <u>arrive</u> in the United States?
-- I arrived in the United States in April, 1975.
-- I arrived in the United States recently.

Ông <u>đến</u> Mỹ từ hồi nào?

-- Tôi đến Mỹ hồi tháng tư năm 1975.
-- Tôi mới đến Mỹ.

What day/date did you arrive in the United States?
-- I arrived on April 21st.

Ông đến Mỹ ngày nào?

-- Tôi đến Mỹ ngày 21 tháng tư.

How long have you been in the U.S.?
-- I have been in the U.S. 6 months.

Ông ở Mỹ được bao lâu rồi?
-- Tôi ở Mỹ được 6 tháng rồi.

Have you been here very <u>long</u>?
-- I have been here only a short time.

Ông ở đây <u>lâu</u> chưa?
-- Tôi ở đây chưa có lâu lắm.

He's been in the U.S. a long time.

Ông ấy ở Mỹ lâu lắm rồi.

Will it take a long time?

Có mất nhiều thì giờ không?

<u>How long</u> will it take?
-- It will take three days.
-- It will take a lot of time.

Phải mất <u>bao lâu</u>?
-- Phải mất ba ngày.
-- Sẽ mất nhiều thì giờ lắm.

What time do I have to be there?
-- At three o'clock.

Mấy giờ tôi phải có mặt ở đó?
-- Ba giờ chiều.

<u>When</u> will it be ready?
-- It will be ready Friday.

<u>Chừng nào</u> có?
-- Thứ sáu có.

What time will the bus be here?   Mấy giờ xe buýt tới đấy?
-- It will be here in about   -- Chừng mười phút nữa.
   ten minutes.

Useful Terms (Danh từ cần dùng):

day	ngày	Sunday	chủ nhựt
night	đêm	Monday	thứ hai
morning	sáng	Tuesday	thứ ba
noon	trưa	Wednesday	thứ tư
afternoon	chiều	Thursday	thứ năm
evening	tối	Friday	thứ sáu
		Saturday	thứ bảy
hour	giờ		
minute	phút		
second	giây		
week	tuần	January	tháng giêng
month	tháng	February	tháng hai
year	năm	March	tháng ba
		April	tháng tư
today	hôm nay	May	tháng năm
tomorrow	ngày mai	June	tháng sáu
yesterday	hôm qua	July	tháng bảy
next week	tuần tới	August	tháng tám
last week	tuần trước	September	tháng chín
next month	tháng tới	October	tháng mười
last month	tháng trước	November	tháng mười một
next year	năm tới	December	tháng mười hai
last year	năm trước		

Lưu ý: Với tháng và năm thì dùng in (in December ; in 1973).
Với ngày trong tuần hoặc trong tháng thì dùng on (on Saturday ;
on the 16th). Với giờ giấc thì dùng at (at 5:15). In lại còn
dùng với một khoản thời gian (in three days).

27

LOCATING THINGS
Xác định vị trí

Where is it?	Nó ở đâu?
-- It is here/there.	-- Nó ở đây/đó.
-- It is inside/outside.	-- Nó ở trong nầy/ngoài kia.
-- It is in here/out there.	-- Nó ở trong nầy/ngoài kia.
-- It is out here/in there.	-- Nó ở ngoài nầy/trong đó.
-- It is up here/down there.	-- Nó ở trên nầy/dưới đó.
-- It is down here/up there.	-- Nó ở dưới nầy/trên đó.
-- I do not know where it is.	-- Tôi không biết nó ở đâu.
Can you show me where it is?	Có thể chỉ cho tôi biết nó ở đâu không?
Could you tell me where this place is?	Ông có thể cho tôi biết chỗ nầy ở đâu không?
(At a public place):	(Tại nơi công cộng):
Excuse me. Where is the rest room?	Xin lỗi. Phòng cầu tiêu ở đâu?
-- It is over there, on the right/left.	-- Ở đằng kia, bên tay mặt/trái.
-- It is this way. Follow me.	-- Ở đằng nầy. Đi theo tôi.

28

-- Come with me. I will <u>show</u> you where it is.

-- Đi với tôi. Tôi <u>chỉ</u> cho.

(In a private home):
Excuse me. Where is the <u>bathroom</u>?
-- It is upstairs/downstairs.
-- It is this way. The second door on the right/left.

(Tại tư gia):
Xin lỗi. <u>Phòng tắm</u> ở đâu?
-- Ở trên lầu/dưới lầu.
-- Ở đằng nầy. Cái cửa thứ nhì bên tay mặt/trái.

Would you like me to show you where it is?
-- Yes, please.

Ông có muốn tôi chỉ cho ông nó ở đâu không?
-- Dạ nhờ ông làm ơn.

Would you like me to take you there?

Ông có muốn tôi đưa ông lại đó không?

Where do you live?
-- I live in Springfield, Virginia.

Nhà ông ở đâu?
-- Nhà tôi ở tại Springfield, Virginia.

Where are you from?
-- I am from Vietnam.
-- I am from California.

Quê quán ông ở đâu?
-- Quê quán tôi ở Việt Nam.
-- Quê quán tôi ở California.

Where were you born?
-- I was born in Ha Dong, North Vietnam.

Ông sanh ở đâu?
-- Tôi sanh ở Hà Đông, Bắc Việt.

(At the supermarket)
Excuse me. Where can I find some <u>rice</u>?
-- Rice is in aisle 6.

(Ở tại chợ siêu thị):
Xin lỗi. <u>Gạo</u> để ở chỗ nào?

-- Gạo để ở lối đi số 6.

Excuse me. Is there a <u>public telephone</u> around here?

Xin lỗi. Quanh đây có <u>máy điện thoại công cộng</u> không?

Where can I get something to <u>eat/drink</u>?

Kiếm gì <u>ăn/uống</u> thì ở đâu?

Can you buy it in a <u>department</u> <u>store</u>/<u>drugstore</u>?

What is the <u>address</u>?
-- The address is 4621 (forty six twenty one) Jefferson Street.

Where is this <u>place</u> located?
-- It is on the corner of 18th and Franklin.
-- It is on Wilson Boulevard, between Barclay Street and Camden Street.
-- It is across the street from the post office.

Did you see Mr. Martin anywhere?

Where did you put the <u>can opener</u>?
-- I put it in that <u>drawer.</u>
-- I put it on the <u>kitchen</u> <u>counter.</u>
-- I put it right here.
-- I don't <u>remember</u> where I put it.

Where do I <u>sign</u>?
-- Sign right here, on this line.

(Before sitting down to dinner): Where should I <u>sit</u>?
-- You sit <u>between</u> Jim and Nancy.

Mua tại <u>nhà hàng lớn/tiệm thuốc</u> có hay không?

<u>Địa chỉ</u> như thế nào?
-- Địa chỉ là 4621 đường Jefferson .

<u>Chổ</u> nầy ở đâu?
-- ở tại ngã tư đường 18 và đường Franklin.
-- ở trên đường Wilson, khoảng giữa đường Barclay và đường Camden.
-- Đối diện với nhà giây thép.

Ông có thấy ông Martin ở đâu không?

Ông để cái <u>mở đồ hộp</u> đâu rồi?
-- Tôi để trong <u>cái ngăn kéo kia.</u>
-- Tôi để trên <u>mặt tủ nhà bếp.</u>
-- Tôi để ở đây.
-- Tôi không <u>nhớ</u> tôi để ở đâu.

Tôi <u>ký tên</u> ở đâu?
-- Ký tên ở đây, trên đường kẻ nầy.

(Trước khi ngồi xuống ăn cơm): Tôi nên <u>ngồi</u> ở đâu?
-- Ông ngồi <u>ở giữa</u> Jim và Nancy.

(Getting into a car):
Where should I sit?
-- Please sit in front.
-- Please sit in the back.

Where did you find it?
-- I found it behind the door.
-- I found it among my clothes.
-- I found in the street.

Where do I put this?
-- Put it on the bed.
-- Put it under the bed.

Which way is north/south/east/west?
-- North/south/east/west is this way.

How are you listed in the phone book?
-- I am listed under Khai, K-H-A-I.
-- I am listed under Kramer, Robert N.

Where should I look?
-- Look in the Yellow Pages.

-- Look in the directory.

(Bước lên xe hơi):
Tôi nên ngồi ở đâu?
-- Xin ông ngồi ở đằng trước.
-- Xin ông ngồi ở đằng sau.

Ông kiếm ở đâu mà có đó?
-- Tôi kiếm thấy ở sau cánh cửa.
-- Tôi kiếm thấy trong đống quần áo.
-- Tôi lượm được ở ngoài đường.

Để cái nầy ở đâu?
-- Để ở trên giường đi.
-- Để ở dưới giường.

Hướng Bắc/Nam/Đông/Tây là hướng nào?
-- Hướng Bắc/Nam/Đông/Tây là hướng nầy.

Tên ông được liệt kê như thế nào trong sách điện thoại?
-- Tên tôi được liệt kê là Khai, K-H-A-I.
-- Tên tôi được liệt kê là Kramer, Robert N.

Nên kiếm ở đâu?
-- Kiếm trong sách điện thoại quảng cáo giấy vàng đi.
-- Kiếm trong cuốn danh sách đi.

Lưu ý:
"Yellow Pages" là cuốn sách do công ty điện thoại địa phương xuất bản hàng năm, kê tên, địa chỉ và số điện thoại của tất cả các tiệm buôn bán, xí nghiệp, công xưởng, công ty thương mãi, công kỹ nghệ v..v.. của một địa phương.

DESCRIBING THINGS AND PEOPLE
Mô tả đồ vật và người ta

How do you <u>like</u> it here?

-- I like it very much.
-- It is very <u>nice</u>.
-- I am not used to the cold/the
   weather/the traffic yet.

How long have you been in the U.S.?
-- I have been here six months.
-- I left Vietnam in May.

How old are you?
-- I am 36 years old.
-- I am almost 21.
-- I was 18 last week.

Are you hungry/thirsty?
-- Yes. I am.
-- No. I am not.

Ông thấy ở đây ra sao? Có <u>thích</u>
không?

-- Tôi thích ở đây lắm.
-- Ở đây <u>dễ chịu</u> lắm.
-- Tôi chưa quen với trời lạnh
   lẽo/thời tiết/xe cộ.

Ông ở Hoa Kỳ được bao lâu rồi?
-- Tôi ở đây được sáu tháng rồi.
-- Tôi rời Việt-Nam hồi tháng
   năm.

Ông bao nhiêu tuổi?
-- Tôi 36 tuổi.
-- Tôi gần được 21 tuổi.
-- Tôi 18 tuổi tuần trước.

Ông có đói/khát không?
-- Dạ, có.
-- Dạ, không.

Are you busy/free/in a hurry?
-- Yes, I am.
-- No, I am not.

Ông có bận/rảnh/gấp không?
-- Dạ, bận/rảnh/gấp.
-- Dạ không.

Are you ready yet?
-- Yes, I am.
-- No, I am not.

Ông đã sẵn sàng chưa?
-- Tôi sẵn sàng rồi.
-- Chưa. Tôi chưa sẵn sàng.

How do you feel?
-- I feel fine.
-- I don't feel very well.

-- So so.

Ông thấy trong người ra sao?
-- Dạ, tôi thấy dễ chịu.
-- Dạ, tôi thấy không được khoẻ
   lắm.
-- Dạ, cũng vậy thôi.

(Tasting an American dish for
the first time):
How do you like it?
-- It is very good.
-- This is a new taste for me.
-- I will have to learn to
   like it.
-- I really don't know yet.
-- I'm sorry, I don't think
   I like it.

(Nếm thức ăn Mỹ lần đầu tiên):
Ông thấy đồ ăn Mỹ ra sao?
-- Dạ, ngon lắm.
-- Nó có một vị lạ đối với tôi.
-- Tôi phải tập ăn cho quen.

-- Thật ra, tôi chưa có ý kiến.
-- Tôi xin ông thứ lỗi cho. Tôi
   có cảm tưởng là tôi không
   thích.

(Describing Vietnamese food):
What does it taste like?
-- It is salty/sweet/spicy/
   sour.
-- It tastes almost like ____

(Diễn tả một món ăn Việt):
Mùi vị món đó ra sao?
-- Mặn/ngọt/cay/chua.

-- Nó có vị gần giống như ____

How fast can you type?
-- I can type 60 words a minute.

Ông đánh máy có mau không?
-- Dạ, tôi có thể đánh 60 chữ
   một phút.

-- Not very <u>fast</u>. Only about 40 words a minute.

(At the <u>barber shop</u>):
How do you like your hair cut?
-- I want it short/medium/ long/very long/over the collar.

What kind of <u>car</u> are you planning to buy?
-- I am planning to buy a small car/large car/ a station wagon/a pick up truck.

Are you planning to buy a new car , or a used one?
-- I am planning to buy a used/new one.

What kind of apartment are you looking for?
-- I am looking for a one-bed-room/two-bedroom apartment.
-- I am looking for an effi-ciency/studio apartment.

(About a new friend):
What is he like?
-- He is very <u>nice</u>.
-- He has a <u>good personality</u>.
-- He is very funny.

-- Dạ, không được <u>mau</u> lắm. Chừng 40 chữ một phút thôi.

(Ở <u>tiệm hớt tóc</u>):
Ông muốn hớt như thế nào?
-- Tôi muốn hớt ngắn/vừa vừa/ dài/rất dài/dài xuống chấm cổ áo.

Ông dự định mua <u>xe hơi</u> loại nào?

-- Tôi định mua một chiếc nhỏ/ lớn/loại station wagon/ loại pick up truck.

Ông định mua xe hơi mới hay xe hơi cũ?
-- Tôi định mua một chiếc xe cũ/ mới.

Ông đang kiếm loại apartment như thế nào?
-- Tôi đang kiếm loại có một/ hai phòng ngủ.
-- Tôi đang kiếm loại gọi là efficiency/studio (loại nhỏ cho một người ở và không có phòng ngủ riêng).

(Nói về một người bạn mới):
Ông ấy như thế nào?
-- Ông ấy <u>tử tế</u> lắm.
-- Ông ấy có <u>tư cách</u> tốt.
-- Ông ấy có tài đùa giỡn rất tức cười.

-- He is a lot of fun.
-- I can't tell. He is very
   <u>quiet</u>.

What does he look like?
-- He is short/tall.
-- He has black/brown/blond
   hair.
-- He is slim/heavy-set.
-- He has a beard/mustache.
-- He is dark-skinned/light-
   skinned.

Is he old or young?
-- He is old/young.
-- He is about 30 or 35.

-- I really don't know.

What is the matter with him?
-- He is upset over something.

-- He is sick.
-- He is worried about his
   family.

How long do I have to <u>wait</u>?
-- You will have to wait about
   15 minutes/two weeks.
-- It won't be long.
-- Only a few minutes.

How is his English?
-- It is very good.
-- It is fair.
-- It is not very good.

-- Ông ấy có tánh rất vui vẻ.
-- Tôi không biết người như thế
   nào. Ông ấy <u>trầm lặng</u> lắm.

Ông ấy hình dạng ra sao?
-- Ông ấy thấp/cao.
-- Ông ấy tóc đen/nâu/vàng.

-- Ông ấy người ốm/to lớn.
-- Ông ấy có râu/ria mép.
-- Ông ấy da đen đen/ trắng trẻo.

Ông ấy già hay trẻ?
-- Ông ấy già/trẻ.
-- Ông ấy vào khoảng ba mươi hay
   ba mươi lăm tuổi.
-- Tôi cũng không rõ.

Ông ấy sao vậy?
-- Ông ấy đang bực mình về chuyện
   gì đó.
-- Ông ấy đau.
-- Ông ấy đang lo ngại cho gia
   đình.

Tôi phải <u>chờ</u> bao lâu?
-- Ông phải chờ chừng 15 phút/
   hai tuần.
-- Không có lâu đâu.
-- Chừng vài phút thôi.

Tiếng Anh ông ấy như thế nào?
-- Giỏi lắm.
-- Cũng thường thôi.
-- Không được giỏi cho lắm.

How do you like your coffee?
-- I like it black/with cream/ with sugar/with cream and sugar.

Ông thích uống cà-phê như thế nào?
-- Dạ, tôi thích uống cà-phê đen/ có bỏ sữa/có bỏ đường/có bỏ sữa và đường.

(Talking about a lost suitcase): How big was it?
-- It was this big.
What color was it?
-- It was blue.

(Nói về cái va-li bị mất): Cái va-li lớn cỡ nào?
-- Nó lớn bằng cỡ nầy.
Va-li màu gì?
-- Màu xanh da trời.

How far is it from here?
-- It is three blocks from here.
-- It is a 10-minute walk from here.
-- It is closeby./Not far.
-- It is a long way from here.

Chỗ đó cách đây bao xa?
-- Cách đây ba blocks.

-- Đi bộ đến đó mất chừng mười phút.
-- Gần ngay đây./Không xa.
-- Cách đây xa lắm.

(Trying on a coat:) How is it?
-- It is too large/small.
-- It fits me perfectly.
-- I don't like the style.
-- It doesn't look good on me.

(Bận thử áo): Áo ra sao?
-- Rộng quá/chật quá.
-- Vừa vặn lắm.
-- Tôi không thích kiểu áo nầy.
-- Áo nầy tôi bận coi không đẹp.

(About the quality of a watch): Is this a good one?
-- Yes. It is a very good one.
-- It is not the best.
-- It is a cheap model.
-- It is cheap, but runs well.

(Nói về cái đồng hồ đeo tay): Cái nầy có tốt không?
-- Rất tốt.
-- Không phải là loại tốt nhất.
-- Thuộc loại rẻ tiền.
-- Rẻ tiền, nhưng chạy khá lắm.

(Referring to an object): Is it very expensive?
-- Yes. It is very expensive.

(Nói về một đồ vật): Cái đó có mắc không?
-- Mắc lắm.

-- No. It is not very expensive.   -- Không mắc lắm.
It's <u>cheap</u>.   <u>Rẻ</u>.

How is the <u>weather</u>?   <u>Thời tiết</u> ra sao?
-- It is hot/cold/windy/raining/   -- Trời nóng/lạnh/gió/mưa/tuyết.
snowing.

(Referring to a machine):   (Nói về một cái máy):
What is wrong with it?   Cái máy đó làm sao vậy?
-- It doesn't work.   -- Nó không chạy.
-- Something is wrong with it.   -- Có cái gì trục trặc trong đó.
-- It needs to be fixed.   -- Cần phải sửa chữa.

(Talking about a sick friend):   (Nói về một người bạn bị đau ốm):
How is he?   Bây giờ ông ấy thế nào?
-- He is still sick.   -- Vẫn còn đau.
-- He is a little/much better.   -- Khá hơn chút đỉnh/nhiều.
-- He is alright now.   -- Lành rồi.

Is it alright to sit here/to   Ngồi ở đây/dùng cái nầy có được
use this?   không?
-- It is alright.   -- Được.
-- Don't.   -- Đừng!

SOME COMMON DESCRIPTIONS
Ngữ vựng dùng để mô tả

good	tốt	hard	cứng
bad	xấu	soft	mềm
new	mới	clean	sạch
old	cũ	dirty	dơ
hot	nóng	fast	mau
cold	lạnh	slow	chậm
thick	dầy	far	xa
thin	mỏng	near	gần

long	dài	dry	khô
short	ngắn	wet	ướt
old	già	strong	mạnh
young	trẻ	weak	yếu
large	lớn	hard	khó
small	nhỏ	easy	dễ
expensive	mắc	wide	rộng
cheap	rẻ	narrow	hẹp
high, tall	cao	deep	sâu
low, short	thấp	shallow	cạn
heavy	nặng	beautiful	đẹp
light	nhẹ	ugly	xấu

SOME COLORS
Màu

white	trắng	black	đen
red	đỏ	blue	xanh
yellow	vàng	green	xanh lá cây
purple	tím	grey	xám
pink	hồng	brown	nâu

SOME COMMON DESCRIPTIONS OF A PERSON
Ngữ vựng dùng để mô tả cá nhân

happy	vui mừng	cheerful	vui tánh
kind	tử tế	smart	khôn
polite	lễ phép	sincere	thành thật
careful	cẩn thận	dishonest	dối trá
generous	có tánh rộng rãi	intelligent	thông minh
afraid	sợ sệt	patient	nhẫn nại
lazy	lười biếng	nice	tốt bụng

pleasant	dễ chịu	angry	giận dữ
frank	có tánh nói thẳng	dumb	ngu dại
sad	buồn bã	honest	có tánh ngay thẳng
mean	ác	shy	tánh mắc cở
impolite	vô phép	stupid	ngu ngốc
careless	vô ý	impatient	tánh nóng nẩy
selfish	ích kỷ	fair	công bằng
worried	lo lắng	unpleasant	khó chịu
hard-working	siêng năng	glad	vui mừng

hungry	đói bụng	thirsty	khát nước
tired	mệt	sick	đau
hot	nóng	well	mạnh, lành
hurt	bị thương	cold	lạnh
		dead	chết

sleepy	buồn ngủ	broke	hết tiền, sạch túi
lucky	may mắn	wealthy	giàu có
poor	nghèo cực	upset	bực mình
tall	cao	short	thấp
fat	mập	thin	ốm

UNIT 11

DOING THINGS
Các hoạt động thường ngày

Do you <u>work</u> here?	(Thời gian là hiện tại):
-- Yes, I work here.	Ông <u>làm việc</u> ở đây hả?
	-- Dạ, tôi làm việc ở đây.
Did you <u>work</u> here?	(Quá khứ):
-- Yes, I worked here.	Ông <u>làm việc</u> ở đây hả?
	-- Dạ, tôi làm việc ở đây.
Do you <u>eat</u> here?	(Hiện tại):
-- Yes, I eat here.	Ông <u>ăn</u> ở đây hả?
	-- Dạ, tôi ăn ở đây.
Did you <u>eat</u> here?	(Quá khứ):
-- Yes, I ate here.	Ông <u>ăn</u> ở đây hả?
	-- Dạ, tôi ăn ở đây.
Do you <u>sleep</u> here?	(Hiện tại):
-- Yes, I sleep here.	Ông <u>ngủ</u> ở đây hả?
	-- Dạ, tôi ngủ ở đây.

(Quá khứ):

Did you <u>sleep</u> here?
Ông <u>ngủ</u> ở đây hả?
-- Yes, I slept here.
-- Dạ, tôi ngủ ở đây.

<u>Xin lưu ý</u>: Trong phần nầy, bạn hãy lưu ý đến những chữ mà trong trường hợp quá khứ có thêm -ED ở đằng sau (như "work", "worked"), và những chữ mà trong quá khứ lại thay đổi một cách bất thường hơn (như "eat", "ate" ; "sleep", "slept").

What did he <u>want</u>?
Anh ấy <u>muốn</u> gì?
-- He wanted to see you.
-- Anh ấy muốn gặp anh.

When did they <u>tell</u> you?
Họ <u>nói</u> cho ông biết hồi nào?
-- They told me yesterday.
-- Họ nói cho tôi biết hôm qua.

What did he <u>say</u>?
Ông ấy <u>nói</u> gì?
-- He said, "OK."
-- Ông ấy nói: "Được."
-- He said, "No."
-- Ông ấy nói: "Không."
-- He did not say anything.
-- Ông ấy không nói gì hết.

Where did Bill <u>go</u>?
Bill <u>đi</u> đâu rồi?
-- He went to eat.
-- Anh ấy đi ăn rồi.

Did you <u>like</u> it?
Anh có <u>thích</u> không?
-- I liked it very much.
-- Tôi rất thích.

Did she <u>come</u> here alone?
Cô ấy <u>đến</u> đây một mình hả?
-- No, she came with a friend.
-- Không, cô ấy đến cùng với một người bạn.

What did she <u>give</u> you?
Cô ấy <u>cho</u> ông cái gì?
-- She gave me a present.
-- Cô ấy cho tôi một món quà.

Did you <u>finish</u> it yet?
Ông <u>xong</u> chưa?
-- Yes, I finished it a long time ago.
-- Tôi xong lâu rồi.

41

-- I just finished it.
-- I did not finish it yet.

-- Tôi mới xong.
-- Tôi chưa xong.

Where did you <u>find</u> this?
-- I found it right here.

Ông <u>kiếm thấy</u> cái nầy ở đâu vậy?
-- Tôi kiếm thấy ngay tại đây.

Did your watch <u>stop</u>?
-- Yes, it stopped.
-- No, it is still working.

Đồng hồ của ông <u>ngưng chạy</u> hả?
-- Phải, nó ngưng chạy rồi.
-- Không, nó còn chạy.

Did you <u>take</u> the pencil here?
-- No, John took it.

Ông <u>lấy</u> cây viết chì ở đây hả?
-- Không, anh John lấy.

How much time did it <u>take</u>?
-- It took nearly two hours.

<u>Mất</u> bao nhiêu thì giờ?
-- Mất gần hai tiếng đồng hồ.

Who did you <u>stay</u> with last week?
-- I stayed with a friend.

Ông <u>ở lại</u> nhà ai?
-- Tôi ở lại nhà một người bạn.

When did you <u>hear</u> about that?
-- I heard about it yesterday.

Ông <u>nghe</u> nói về việc đó hồi nào?
-- Tôi nghe hôm qua.

Did he <u>love</u> her?
-- Yes, he loved her very much.
-- No, he did not love her.

Ông ấy có <u>thương</u> cô ấy không?
-- Ông ấy thương cô ấy lắm.
-- Ông ấy không thương cô ấy.

Did you <u>do</u> this?
-- No, Steve Larson did that.

Ông <u>làm</u> cái nầy, phải không?
-- Không phải, Steve Larson
làm cái đó.

How long did you <u>live</u> there?
-- I lived there for three years.

Ông <u>sống</u> ở đó bao lâu?
-- Tôi sống ở đó ba năm.

Where did you <u>buy</u> this?
-- I bought it in Vietnam.

Ông <u>mua</u> cái nầy ở đâu vậy?
-- Tôi mua ở Việt-Nam.

Who did you <u>sell</u> it to?
-- I sold it to Bob Casey.

Ông <u>bán</u> (nó) cho ai?
-- Tôi bán (nó) cho Bob Casey.

Why did you <u>return</u> it?
-- I returned it because it
was broken.

Tại sao ông <u>trả</u> (nó) <u>lại</u>?
-- Tôi trả lại vì nó bể.

When did it <u>begin</u>?
-- It began two weeks ago.
-- It just began.
-- It began on July 12th
(July twelfth)
-- I do not know when it began.

<u>Bắt đầu</u> bao giờ?
-- Bắt đầu hai tuần trước.
-- Mới bắt đầu.
-- Bắt đầu từ ngày 12 tháng
bảy.
-- Tôi không biết bắt đầu
bao giờ.

When did it <u>end</u>?
-- It ended two weeks ago.
-- It just ended.
-- It ended on April 20th
(April twentieth).
-- I do not know when it ended.

<u>Kết thúc</u> hồi nào?
-- Kết thúc cách đây hai tuần.
-- Mới kết thúc đây.
-- Kết thúc ngày 20 tháng tư.
-- Tôi không biết kết thúc
hồi nào.

Did she <u>become</u> an American
citizen?
-- Yes, she became an American
citizen last year.

Bà ấy <u>thành</u> công dân Mỹ chưa?
-- Rồi. Bà ấy thành công dân
Mỹ năm ngoái.

When did she <u>leave</u>?
-- She left ten minutes ago.

-- She left last Friday.
-- She left on May 15th
(May fifteenth).

Bà ấy (<u>ra</u>) <u>đi</u> hồi nào?
-- Bà ấy (ra) đi cách đây
mười phút.
-- Bà ấy (ra) đi hôm thứ sáu.
-- Bà ấy (ra) đi ngày 15 tháng
năm.

Did he <u>answer</u> your letter? Ông ấy có <u>trả lời</u> thơ ông không?
-- Yes, he answered it right -- Có, ông ấy trả lời ngay.
away.

Who did you <u>ask</u>? Ông <u>hỏi</u> ai?
-- I asked Larry Tanaka. -- Tôi hỏi Larry Tanaka.

Did you <u>get</u> your paycheck? Ông <u>lãnh</u> lương chưa (lương trả
bằng ngân phiếu)?
-- Yes, I just got it. -- Rồi. Tôi mới lãnh.
-- No, I didn't get it yet. -- Chưa. Tôi chưa lãnh.

When did you <u>get</u> here? Ông <u>đến</u> đây hồi nào?
-- I just got here. -- Tôi mới đến đây.
-- I got here fifteen -- Tôi đến đây mười lăm phút
minutes ago. rồi.

Did you <u>close</u> the windows? Ông có <u>đóng</u> cửa sổ không?
-- Yes, I closed all the -- Có, tôi đóng hết tất cả
windows. cửa sổ rồi.

Did you <u>open</u> the windows? Ông <u>mở</u> cửa sổ ra chưa?
-- Yes, I opened all the -- Rồi. Tôi mở hết tất cả
windows. cửa sổ ra rồi.

Where did you <u>put</u> my keys? Ông <u>để</u> chìa khoá tôi ở đâu?
-- I put them over there. -- Tôi để ở đằng kia kìa.

Did you <u>write</u> to him? Ông có <u>viết</u> thơ cho ông ấy không?
-- Yes, I wrote to him -- Có. Tôi có viết thơ cho ông
yesterday. ấy hôm qua.
-- No, I didn't write to him. -- Không. Tôi không có viết thơ
cho ông ấy.

Did you <u>call</u> him back?
-- Yes, I called him back right away.

Ông có <u>gọi</u> lại ông ấy chưa?
-- Có. Tôi đã gọi lại ông ấy ngay.

How long did you <u>teach</u> there?
-- I taught there for three years.

Ông dạy ở đó bao lâu?
-- Tôi dạy ở đó ba năm.

How much did it <u>cost</u> you?
-- It cost me nearly a hundred dollars.

Ông <u>tốn</u> bao nhiêu tiền?
-- Tôi tốn gần một trăm Mỹ kim.

What did he <u>need</u>?
-- He needed a job.

Ông ấy <u>cần</u> gì?
-- Ông ấy cần việc làm.

How long did you <u>keep</u> the book?
-- I kept it for two months.

Ông <u>giữ</u> cuốn sách bao lâu?
-- Tôi giữ cuốn sách hai tháng.

Did you <u>forget</u> all about it?
-- Yes, I did. I forgot all about it.

Ông <u>quên</u> nó đi mất hả?
-- Phải. Tôi quên nó đi mất.

Did John <u>read</u> this?
-- Yes, he just read it.

John <u>đọc</u> cái nầy chưa?
-- Đọc rồi. John vừa mới đọc.

How long did you <u>wait</u>?
-- I waited for nearly an hour.

Ông <u>đợi</u> bao lâu?
-- Tôi đợi gần một tiếng đồng hồ.

Did someone <u>drive</u> you there?
-- Yes, Frank drove me there.

Có ai <u>lái xe</u> đưa ông lại đó không?
-- Có. Frank lái xe đưa tôi lại đó.

What kind of textbook did you <u>use</u>?

Ông <u>dùng</u> sách giáo khoa loại nào?

-- I used an American textbook.   -- Tôi dùng một cuốn sách giáo khoa Mỹ.

-- I did not use any book.   -- Tôi không dùng sách gì hết.

Did someone <u>explain</u> it to you?   Có ai <u>cắt nghĩa</u> cho ông hiểu không?
-- Yes, a friend explained it to me.   -- Dạ có. Có một người bạn cắt nghĩa cho tôi hiểu.

Did he <u>let</u> you see it?   Ông ấy có <u>cho</u> ông coi không?
-- Yes, he let me see part of it.   -- Có, ông ấy có cho tôi coi một phần.

Did you <u>speak</u> to him in Vietnamese?   Ông <u>nói</u> với ông ấy bằng tiếng Việt hả?
-- No, I spoke to him in English.   -- Không. Tôi nói với ông ấy bằng tiếng Anh.

Did you <u>pay</u> your rent?   Ông <u>trả tiền</u> mướn nhà chưa?
-- Yes, I did.   -- Dạ rồi.

When did you <u>pay</u> it?   Ông <u>trả</u> hồi nào?
-- I paid it last week.   -- Tôi trả tuần trước.

Where did you <u>meet</u> him?   Ông <u>gặp</u> ông ấy ở đâu?
-- I met him at the home of a friend.   -- Tôi gặp ông ấy ở tại nhà một người bạn.

Did that <u>make</u> you happy?   Cái đó có <u>làm</u> cho ông sung sướng không?
-- Yes, it made me very happy.   -- Nó làm cho tôi rất sung sướng.

Did you <u>make</u> it yourself?   Ông <u>làm</u> cái đó một mình hả?
-- Yes, I made it myself.   -- Phải, tôi làm một mình.

When did it <u>start</u>?   <u>Bắt đầu</u> hồi nào?

-- It started two weeks ago.   -- Bắt đầu cách đây hai tuần.
-- It just started.   -- Mới bắt đầu đây.
-- It started on April 20th   -- Bắt đầu ngày hai mươi tháng tư.
   (April twentieth)
-- I do not know when it started. --   Tôi không biết bắt đầu hồi nào.

Who did you <u>ride</u> with?   Ông <u>đi xe</u> với ai?
-- I rode with José Garcia.   -- Tôi đi với José Garcia.

Did someone <u>show</u> you how to do it? Có ai <u>chỉ</u> cho ông làm không?
-- Yes, Leon Rubin showed me   -- Có, Leon Rubin chỉ cho tôi
   how to do it.   làm.

Where did you <u>see</u> it?   Ông <u>thấy</u> nó ở đâu?
-- I saw it in a drugstore.   -- Tôi thấy ở một tiệm drugstore.

When did it <u>happen</u>?   <u>Xảy ra</u> hồi nào?
-- It happened two weeks ago.   -- Xảy ra cách đây hai tuần.
-- It happened just now.   -- Mới xảy ra đây.
-- It happened on April 20th   -- Xảy ra ngày hai mươi tháng tư.
   (April twentieth)
-- I do not remember when it   -- Tôi không nhớ xảy ra hồi nào.
   happened.

Where did they <u>move</u> to?   Họ <u>dọn nhà</u> đi đâu?
-- They moved to California.   -- Họ dọn nhà đi California.

Did your teacher <u>know</u> about this? Cô giáo biết chưa?
-- Yes, she knew about it.   -- Cô giáo biết rồi.

Where did you <u>sit</u>?   Ông <u>ngồi</u> ở đâu?
-- I sat in front.   -- Tôi ngồi ở đằng trước.

Which one did you <u>pick</u>?   Ông <u>lựa</u> cái nào?
-- I picked this one.   -- Tôi lựa cái nầy.

What did you <u>drink</u> at the party?
-- I drank lemonade.

Ông <u>uống</u> gì tại buổi tiệc?
-- Tôi uống nước chanh.

When did you <u>send</u> it?
-- I sent it yesterday.

Ông <u>gởi</u> cái đó hồi nào?
-- Tôi gởi hôm qua.

What did she <u>decide</u> to do?
-- She decided to get a summer job.

Chị ấy <u>quyết định</u> sẽ làm gì?
-- Chị ấy quyết định đi kiếm việc làm mùa hè.

Where did you <u>learn</u> English?
-- I learned it here, in America.

Ông <u>học</u> tiếng Anh ở đâu?
-- Tôi học ở đây, ở tại Mỹ.

Did he <u>understand</u> it?
-- He understood it perfectly.
-- He didn't understand it at all.
-- He understood some of it.

Ông ấy có <u>hiểu</u> không?
-- Ông ấy hiểu hoàn toàn.
-- Ông ấy không hiểu tí nào hết.
-- Ông ấy hiểu một phần nào.

How much money did he <u>borrow</u> from you?
-- He borrowed ten dollars from me.

Ông ấy <u>mượn</u> của ông bao nhiêu tiền?
-- Ông ấy mượn của tôi mười Mỹ-kim.

Who did you <u>play cards</u> with?
-- We played cards with Bill and Nancy.

Anh chị <u>đánh bài</u> với ai?
-- Chúng tôi đánh bài với Bill và Nancy.

Did you <u>watch</u> it on TV?
-- Yes, but I only watched it for fifteen minutes.

Ông có <u>coi</u> cái đó trên Tivi không?
-- Có, nhưng tôi coi chỉ có mười lăm phút thôi.

Did you <u>bring</u> your Identification Card (ID Card)?
-- Yes, I brought all my papers with me.

Ông có <u>đem</u> thẻ căn cước theo không?
-- Có. Tôi có đem theo tất cả giấy tờ của tôi.

How much money did you <u>spend</u>?
-- I spent nearly fifty dollars.

Ông <u>xài</u> hết bao nhiêu tiền?
-- Tôi xài hết gần năm mươi Mỹ-kim.

Did you <u>try</u> to fix it?
-- I tried, but I could not fix it.

Ông có <u>rán</u> mà sửa lại không?
-- Tôi rán sửa lại, mà sửa không được.

Did someone <u>help</u> you do it?
-- Yes, Mike helped me do it.

Có ai <u>giúp</u> anh làm không?
-- Có Mike giúp tôi làm.

Did you <u>walk</u> here?
-- Yes, I walked here with Howard Chao.

Anh <u>đi bộ</u> lại đây hả?
-- Dạ, tôi đi bộ lại đây với Howard Chao.

UNIT 12
GOING PLACES
Vấn đề đi lại

Going around in the city:	Đi lại trong thành phố:

Where are you going?
-- I am going to the drugstore.
-- I am going shopping.
-- I am going to work.
-- I am going home.
-- I am going for a walk.

Do you know how to get there?

-- Yes, I do./No, I don't.

Excuse me. Could you show me how
to get to Jefferson Street,
please?

Excuse me. What's the best way
to get to this address, please?

How are you going there?
-- I am going to take a cab
   (taxi).

Ông đi đâu đó?
-- Tôi đi lại tiệm thuốc.
-- Tôi đi mua đồ.
-- Tôi đi làm việc.
-- Tôi đi về nhà.
-- Tôi đi dạo mát.

Đi lại đó thì đi đường nào, ông
biết không?
-- Dạ biết./ Dạ không.

Xin lỗi. Ông làm ơn chỉ đường đi
lại đường Jefferson.

Xin lỗi. Đi lại địa chỉ nầy thì
đi đường nào là hay hơn hết?

Ông đi lại đó bằng cách nào?
-- Tôi đi xe tắc-xi.

-- I am going by <u>bus</u>.   -- Tôi đi <u>xe buýt</u>.
-- A friend will give me a ride.   -- Có người bạn cho tôi đi quá
                                        giang.

-- Someone will drive me there.   -- Có người đưa tôi lại bằng xe hơi.
-- I am going to <u>walk</u>.   -- Tôi <u>đi bộ</u>.

Is it <u>far</u> from here?   Có <u>xa</u> không?
-- Yes./ No./ I don't know.   -- Xa./ Không xa./ Không biết.

<u>How far</u> is it from here?   Cách đây <u>bao xa</u>?
-- It is only three <u>blocks</u> from   -- Cách đây ba <u>phố</u> thôi.
   here.
-- It is a long way from here.   -- Cách đây xa lắm.
-- It is about fifty <u>miles</u> from   -- Cách đây chừng năm chục <u>dặm</u> Mỹ.
   here.
-- It is about an hour's drive   -- Đi xe hơi thì mất chừng một
   from here.   tiếng đồng hồ.

(To cab driver:)   (Nói với tài xế tắc-xi:)

Greyhound Bus Station, please.   Cho tôi đi lại bến xe đò Greyhound.

Are you going <u>by yourself</u>, or   Ông đi <u>một mình</u>, hay là có ai đi
with someone?   cùng?
-- I am going with someone.   -- Có người đi cùng.

(To police officer:)   (Nói với cảnh sát viên:)

Officer. I think I'm <u>lost</u>.   Chắc có lẽ là tôi <u>đi lạc đường</u>
What is the best way to get to   rồi. Đi lại địa chỉ nầy thì đi
this address?   đường nào là hay hơn hết?

I have a <u>map</u>.   Tôi có <u>bản đồ</u>.

I could not find it on this map.   Tôi kiếm trên bản đồ nầy không thấy.

What is the address?

Địa chỉ như thế nào?

Did you have trouble getting here?

Trên đường lại đây, có bị khó khăn gì không?

-- No. Your directions were very clear.

-- Dạ không. Ông chỉ đường rõ ràng lắm.

-- No. I didn't have any trouble.

-- Dạ không. Không bị khó khăn gì hết.

-- I am afraid so.

-- Dạ, cũng có bị lôi thôi chút.

Can I give you a ride somewhere?
-- If it's not too much out of your way.

Mời ông lên xe đi quá giang với tôi.
-- Nếu không trái đường cho ông lắm.

Thanks a lot for the ride.
Goodbye.

Cám ơn ông cho đi quá giang.
Chào ông.

(To bus driver:)
Excuse me. Is this bus going downtown?

(Nói với người tài xế xe buýt:)
Xin lỗi. Xe buýt nầy đi xuống phố có phải không?

What is the fare, please?

Bao nhiêu tiền?

I would like a transfer, please.

Cho tôi xin một giấy đổi xe buýt.

I am going to Macy's Department Store. Do I get off here?

Tôi đi lại nhà hàng Macy's. Xuống ở đây có phải không?

(On the phone:)
Could you send a cab to 1824 (eighteen twenty four) Jefferson Street, please.

(Kêu điện thoại:)
Làm ơn cho tắc-xi lại địa chỉ 1824 đường Jefferson.

(To police officer in the street:)
Officer, I believe I'm lost. Can you help me?

(Hỏi nhân viên cảnh sát ngoài đường:)
Có lẽ là tôi đi lạc đường rồi.
Xin ông làm ơn giúp đỡ.

Traveling:

I am going to Chicago.

How are you going?
-- I am going by plane/train/bus.

-- I am riding with a friend.

-- I am going to drive.

(At ticket window:)
I would like a ticket to Chicago, please.
-- One way, or round trip?

What gate number, please?
-- Gate number five.

Excuse me. What time is the next bus to Baltimore?

Excuse me. Is this the right bus for Baltimore?

Excuse me. What time is the next train to New York City?

Excuse me. When does Flight 714 leave, please?

When does Flight 329 from Chicago arrive here?

Is Flight 411 on time?

Do you have any luggage to check?

-- Yes, I have two bags.

Đi du hành xa:

Tôi đi Chicago.

Ổng đi bằng gì?
-- Tôi đi bằng máy bay/xe lửa/ xe buýt.

-- Tôi đi xe hơi một người bạn lái.

-- Tôi lái xe hơi.

(Ở cửa sổ bán vé:)
Cho tôi một vé đi Chicago.

-- Vé một chuyến hay vé khứ hồi?

Xe đậu cửa số mấy?
-- Cửa số năm.

Xin lỗi. Mấy giờ sẽ có chuyến nữa đi Baltimore?

Xin lỗi. Có phải chiếc nầy sắp đi Baltimore không?

Xin lỗi. Mấy giờ sẽ có chuyến xe lửa nữa đi New York City?

Xin lỗi. Chuyến máy bay 714 mấy giờ cất cánh?

Chuyến 329 từ Chicago, mấy giờ đến?

Chuyến 411 sẽ đến đúng giờ không?

Ổng có hành lý gì xách theo không được, cần phải gởi không?
-- Có, tôi có hai cái va li.

(On the bus:)
Excuse me. When do we get to
Sacramento?

(On the train:)
Which way is the <u>dining car</u>?

Where is the <u>rest room</u>?

(At the railroad station:)
Excuse me. Where is the <u>locker
room</u>?

Where can I <u>check</u> this bag?

Where is the <u>baggage checkout</u>?

(To porter:)
Could you help <u>me</u> with the
baggage?

Which way is the <u>exit</u>?

(Trên xe buýt:)
Xin lỗi. Mấy giờ thì đến
Sacramento?

(Trên xe lửa:)
<u>Toa xe bán đồ ăn</u> ở phía nào?

<u>Phòng vệ sinh</u> ở đâu?

(Ở tại nhà ga:)
Xin lỗi. <u>Phòng cất tạm hành lý</u>
ở đâu?

Tôi muốn gởi <u>cất tạm</u> cái va-li.
Cất ở đâu?

<u>Chỗ lấy hành lý</u> ở đâu?

(Nói với người phu hành lý:)
Đây là đồ của tôi. Ông làm ơn
giúp giùm.

<u>Lối ra</u> ở đâu?

Useful Terms (Danh từ hữu dụng):

taxi/cab	xe tắc-xi	ticket	vé
taxicab		one way ticket	vé một chuyến
bus	xe buýt	round trip ticket	vé khứ hồi
train	xe lửa	gate	cửa
airplane/plane	máy bay	platform	thềm xe lửa đậu
boat	tàu thủy	map	bản đồ
car/automobile	xe hơi	departures	giờ khởi hành
bicycle	xe máy/xe đạp	arrivals	giờ đến
motorcycle	xe máy dầu	waiting room	phòng đợi
bus stop	trạm xe buýt	information booth	(sạp chỉ dẫn hành khách)
bus station	bến xe buýt	baggage	hành lý
railroad station	ga hoả xa	passenger	hành khách
airport	phi trường	conductor	người soát vé
		schedule	thời khắc biểu

street	đường
avenue	đại lộ
boulevard	đại lộ
road	đường (thường thường ở thôn quê)
lane/court/place	đường (nhỏ)
highway	xa lộ
freeway/expressway	xa lộ (đường rất lớn, có hai bên, mỗi bên có tới bốn năm đường cho xe cộ chạy cùng một chiều).
turnpike	xa lộ (vào xa lộ phải đi qua cổng để lấy vé , ra khỏi xa lộ phải qua cổng, trình vé để trả tiền).

More useful terms:	Thêm các danh từ hữu dụng:
Immigration and Naturalization Service (INS)	Nha Di-trú và Ngoại kiều
employment office	sở tìm việc
unemployment office	sở thất nghiệp
city hall	toà thị trưởng
police station	sở cảnh sát
sheriff's office	văn phòng ông "Sheriff" (viên chức an ninh công cộng địa phương)
real estate office	(công ty mua bán hoặc cho mướn đất đai, nhà cửa)
school	trường học
elementary school	trường tiểu học
secondary school	trường trung học
church	nhà thờ
hospital	nhà thương
post office	nhà giây thép (không nhận điện tín)
Western Union office	sở điện tín
railroad station	nhà ga
bus station	bến xe buýt
airline ticket office	hãng máy bay
airport	sân máy bay
bank	nhà băng
hotel	khách sạn
motel	khách sạn (khách phần đông có đem xe hơi theo)
drug store	(tiệm bán thuốc tây và các vật dụng cá nhân)
department store	(nhà hàng lớn, bán đủ các loại vật dụng)
movie theater	rạp hát bóng
drive-in movie	(nơi chiếu hát bóng ngoài trời, ngồi trong xe coi)
five and ten store	(nhà hàng bán nhiều loại vật dụng giá bình dân)

hardware store	tiệm tạp hoá (bán đồ để sửa chữa lặt vặt trong nhà)
book store	tiệm sách
public library	thư viện công cộng
gasoline station	trạm xăng
garage	tiệm sửa xe
laundry	tiệm giặt (khách bỏ đồ lại)
laundromat	tiệm giặt (khách bỏ tiền vào máy, tự giặt lấy)
dry cleaner's	tiệm giặt ủi (dùng phương pháp hấp khô)
sewing shop	(tiệm bán vải và kim chỉ v.v...)
shoe repair shop	tiệm sửa giày
appliance repair shop	(tiệm sửa đồ chạy bằng điện)
furniture store	(tiệm bàn ghế)
thrift shop	tiệm bán đồ cũ (quần áo, bàn ghế v.v...)
Salvation Army store	(tiệm bán đồ cũ, của tổ chức từ thiện Salvation Army)
Goodwill Industries store	(tiệm bán đồ cũ, của tổ chức từ thiện Goodwill Industries)
grocery store	(tiệm bán thực phẩm)
supermarket	siêu thị
restaurant	tiệm ăn
cafeteria	tiệm ăn (khách tự bưng đồ ăn lấy ra bàn)
delicatessen	(tiệm nhỏ bán đồ ăn uống lặt vặt)
Chinatown	phố Tàu

CONVEYING INFORMATION
Vấn đề thông tin liên lạc

The telephone:

Excuse me. Is there a public
telephone near here?

May I use your phone?

-- Please, do.

What is your telephone number?
-- My telephone number is
   362-7089
What is the area code?
-- The area code is 202.

What is the telephone number
there?

Do you have his telephone number?

(Referring to a telephone
directory:)

Điện thoại:

Xin lỗi. Có máy điện thoại công
cộng ở gần đây không?

Tôi xin phép dùng máy điện thoại
của ông.

-- Dạ xin mời ông.

Số điện thoại của ông là mấy?
-- Số điện thoại của tôi là
   362-7089.
Area code là số mấy?
-- Area code là 202.

Số điện thoại ở đó là mấy?

Ông có số điện thoại ông ấy không?

(Chỉ vào cuốn số điện thoại mà
nói:)

Excuse me. I have trouble finding the telephone number of a friend in here. Could you help me?

Xin lỗi. Tôi đang kiếm số điện thoại của một người bạn mà không được. Ông làm ơn giúp giùm.

Hello. I would like to speak to Mr. Smith, please.

A-lô. Cho tôi nói chuyện với ông Smith.

Please tell him that Mr. **An** called. Thank you.

Nhờ nói lại với ông ấy là ông **An** có kêu. Cám ơn.

Please ask him to call me at 362-4981.

Nhờ nhắn lại với ông kêu tôi tại số 362-4981.

Is this your <u>home phone number</u>?

Đây có phải là <u>số điện thoại tại nhà</u> ông không?

Is this your <u>office phone number</u>?

Đây có phải là <u>số điện thoại tại sở</u> không?

Operator, I am looking for the number of Mr. Dang Van Chau.

Tổng Đài Viên, tôi đang kiếm số điện thoại của ông Đặng Văn Châu.

His family name is Dang, spelling D-A-N-G. His given name is Chau, spelling C-H-A-U.

Ổng họ Đặng, đánh vần là D-A-N-G. Ổng tên tục là Châu, đánh vần là C-H-A-U.

Operator. I would like to make a <u>long</u> distance call to Harrisburg, Pennsylvania.

Tổng Đài Viên. Tôi muốn <u>kêu điện thoại viễn liên</u> tới Harrisburg, Pennsylvania.

The person I am calling is _____ .
His number is _____
My name is _____

Tên người tôi kêu là _____
Số điện thoại ông ấy là ____
Tôi tên là _____

This is a <u>person-to-person call</u>.

(Loại nầy, người kêu chỉ muốn được nói chuyện với cá nhân đã định trước mà thôi).

This is a <u>station-to-station call</u>.

(Loại nầy, người kêu muốn nói chuyện với bất cứ ai ở đầu giây kia).

This is a <u>collect call</u>.

(Loại nầy, bên đầu giây kia phải nhận trả phí tổn thì người kêu mới được nói).

I'm sorry ... I think I've got the <u>wrong number</u>.

Xin lỗi... Chắc có lẽ tôi đã kêu <u>lộn số</u>.

I'm sorry. There's no one here by that name. I think you've got the wrong number.

Xin lỗi. Không có ai ở đây tên đó hết. Chắc ông kêu lộn số rồi đó.

The line is <u>busy</u>.

Đường giây đang <u>bận</u>.

No one answered.

Không có ai trả lời hết.

<u>The Western Union office</u>:
Where is the nearest Western Union office?

<u>Sở điện tín Western Union</u>:
Sở điện tín Western Union gần đây nhứt ở đâu?

I would like to send a <u>telegram</u> to _____ , please.

Tôi muốn gởi <u>điện tín</u> đi _____ .

I would like to send a telegram to _____ by the <u>least expensive</u> way possible.

Tôi muốn đánh điện tín đi _____ bằng cách nào <u>rẻ hơn hết</u>?

What is the <u>minimum charge</u>?

<u>Ít nhứt</u> phải tốn bao nhiêu tiền?

What is the minimum charge for a <u>night letter</u>?

Đánh theo kiểu night letter (điện tín đánh đêm, rẻ hơn, sáng hôm sau mới tới) thì phải tốn bao nhiêu tiền?

This is the <u>text</u> of the telegram.	Đây là <u>nguyên văn</u> của điện tín.
How much would I have to pay?	Xin cho biết tôi phải trả bao nhiêu?
How long will it take to get there?	Phải bao lâu mới tới?

<u>The post office</u>:

<u>Nhà giấy thép</u>:

Is there a post office near here?	Gần đây có nhà giấy thép không?
Where is the nearest post office?	Nhà giấy thép gần đây nhứt ở đâu?
How much <u>postage</u> does this letter need, please?	Cái thơ nầy cần bao nhiêu <u>tiền tem</u>?
I would like to send this letter by <u>Special Delivery</u>.	Tôi muốn gởi cái thơ nầy theo lối <u>phát riêng</u>.
I would like to send this by <u>Registered Mail</u>.	Tôi muốn gởi theo lối <u>thơ bảo đảm</u>.
I would like to send this <u>package</u> to ____ .	Tôi muốn gởi <u>cái gói</u> nầy đi ____ .
I would like to have five air letters.	Tôi muốn mua năm tờ air letters (giấy viết thơ có in tem sẵn).
I would like to have a book of 10-cent stamps, please.	Tôi muốn mua một cuốn tem mười xu.
Do I need more <u>postage</u> on this letter	Cái thơ nầy cần thêm <u>tem</u> hay không?
I would like to buy a <u>money order</u> for fifty dollars, please.	Tôi muốn mua một cái <u>bưu phiếu</u> năm chục Mỹ kim.
How much does it cost by regular mail/air mail?	Thơ thường/thơ gởi máy bay tốn bao nhiêu tiền?

HEALTH
Vấn đề sức khoẻ

I want to see a <u>doctor</u>.

Tôi muốn đi <u>bác sĩ</u>.

I want to go to the hospital.

Tôi muốn đi nhà thương.

Can you call an <u>ambulance</u> for me?

Làm ơn kêu <u>xe cứu thương</u> giùm.

(On the telephone):
Operator. This is a medical emergency. Can you help me?

(Kêu điện thoại cho"operator":)
A-lô. Tôi xin báo một trường hợp cấp cứu. Xin giúp đỡ gấp.

Are you all right?
-- I don't know... I think
   I sprained my ankle.

Bị gì đây? Có sao không?
-- Không biết. Có lẽ bị trặc ở
   mắt cá.

Are you hurt?
-- No. I am all right.
   Thank you.

Có bị gì không?
-- Không. Không có sao.
   Cám ơn.

(On the phone:)
I would like to make an appointment with Doctor Clark, please.

(Kêu điện thoại cho văn phòng bác sĩ:)
Tôi muốn ghi tên gặp Bác sĩ Clark.

(To a friend:)

I need to see a doctor. Can you recommend one?

What seems to be the trouble?
-- I have a <u>pain</u> right here, doctor.
-- I have a pain in my leg/stomach/ chest.

How do you feel?

-- Not very well, doctor.

-- I have a <u>fever</u>.
-- I have a bad <u>cough</u>.
-- I feel <u>tired</u>.
-- I don't sleep too well.
-- I have no appetite.

Have you ever had this before?

-- No, I have never had this before.

How long have you had this?
-- I have been like this for two days.

Are you taking any <u>medicine</u> for it?
-- No. I am not.

Do you have <u>health insurance</u>?
-- Yes, I do.
-- No, I don't.

Is it serious, doctor?

(Nói với bạn:)

Tôi cần phải đi bác sĩ. Ông làm ơn giới thiệu giùm cho một bác-sĩ.

Đau làm sao đẩy?
-- Thưa bác sĩ tôi cảm thấy <u>đau</u> ở chỗ nầy đây.
-- Tôi cảm thấy đau ở chân/bụng/ ngực.

Sao? Ông thấy trong người như thế nào?
-- Thưa bác sĩ tôi không được khoẻ.
-- Tôi bị <u>sốt nóng lạnh</u>.
-- Tôi bị <u>ho</u> quá.
-- Tôi thấy trong người <u>mệt mỏi</u>.
-- Tôi bị mất ngủ.
-- Tôi ăn không thấy ngon.

Trước, ông đã có bao giờ bị như vậy chưa?
-- Dạ chưa. Chưa có bao giờ bị như vậy hết.

Bị như vậy bao lâu rồi?
-- Dạ tôi bị như vậy hai hôm rồi.

Hiện giờ ông có đang uống <u>thuốc</u> gì để điều trị không?
-- Dạ không.

Ông có <u>bảo hiểm sức khoẻ</u> không?
-- Dạ có.
-- Dạ không có.

Thưa bác sĩ cho biết bịnh nặng nhẹ?

Do I have to stay home from work?	Tôi có cần phải nghỉ ở nhà không?
About how long will I have to stay in bed?	Phải nằm giường chừng bao nhiêu lâu?
Do I need a special diet?	Ăn uống có phải kiêng cử gì không?
Do I have to come back and see you again, doctor?	Tôi có cần phải trở lại đây khám nữa không?
* Do you understand the <u>instructions</u> on the label?	<u>Lời dặn</u> trên nhãn hiệu đây, ông đọc có hiểu không?
-- Yes, I do... But I will ask a friend to make sure.	-- Dạ hiểu.... Nhưng mà cũng để tôi hỏi lại người bạn cho nó chắc.
* That is a good idea. You have to be very careful with medicines.	Phải rồi. Ý kiến hay đó. Thuốc men thì phải hết sức cẩn thận.
(To druggist/pharmacist): Do you have anything for a <u>cough</u>?	(Nói với dược sĩ tại tiệm thuốc): Đây có thuốc <u>ho</u> không?
Do you have anything for a <u>sore throat</u>?	Đây có thuốc gì trị chứng <u>rát cổ</u> không?
I would like a <u>receipt</u> for it, please.	Cho tôi xin cái <u>biên lai</u> tiền thuốc. (Để sau mà trừ thuế)
Do you need a <u>prescription</u> for this?	Mua thuốc nầy cần phải có <u>giấy bác sĩ</u> hay không?
Is there a drugstore/pharmacy near here?	Gần đây có nhà thuốc tây không?

* For understanding only (Những câu nầy để tập nghe cho hiểu thôi)

COMMON HEALTH PROBLEMS
Các Bệnh Thông Thường

pain	đau	malaria	sốt rét
common cold	cảm gió	arthritis	đau khớp xương
headache	nhức đầu	asthma	suyễn
stomachache	đau bụng	diarrhea	đi tiêu chảy
toothache	đau răng	stroke/heart attack	(bị bịnh tim)
flu	cúm		
cough	ho	ulcer	đau ruột
constipation	bón	allergy	bị chứng allergy

NAMES OF SOME BODY PARTS
Tên vài Bộ Phận Thân Thể

head	đầu	ears	tai
neck	cổ	nose	mũi
shoulder	vai	mouth	miệng
arm	cánh tay	teeth	răng
hand	bàn tay	tongue	lưỡi
finger	ngón tay	hair	tóc/lông
chest	ngực	skin	da
abdomen	bụng	bone	xương
back	lưng	blood	máu
leg	chân	intestines	ruột
foot	bàn chân	liver	gan
toe	ngón chân	lungs	phổi
face	mặt	stomach	bao tử/dạ dày
eyes	mắt	bladder	bọng đái

NAMES OF SOME USEFUL MEDICAL SPECIALISTS
Vài Chuyên Viên Y Khoa

physician/doctor	bác sĩ	dentist	nha sĩ
gynecologist	bác sĩ bệnh phụ nữ	pediatrician	bác sĩ bệnh trẻ
obstetrician	bác sĩ khoa hộ sản	ophthalmologist	bác sĩ bệnh mắt
surgeon	bác sĩ giải phẫu	cardiologist	bác sĩ bệnh tim
pharmacist/ druggist	dược sĩ	psychologist	bác sĩ tâm lý học

FOOD
Ăn uống

I am <u>hungry</u>.	Tôi <u>đói bụng</u>.
Are you hungry?	Ông đói bụng không?
-- No, I am not hungry.	-- Không. Tôi không đói bụng.
Is there a <u>restaurant</u> around here?	Quanh đây có <u>tiệm ăn</u> không?
This food is delicious!	Đồ ăn nầy ngon quá!
Do you like it?	Ông có thích không?
-- Yes, it's very good. I like it very much.	-- Dạ ngon quá. Tôi thích lắm.
-- It's OK.	-- Cũng được thôi.
-- I'm sorry I can't eat it. I'm not used to it.	-- Tôi xin lỗi tôi ăn không được. An không quen.
Please have some more.	Mời ông ăn thêm.
-- No, thank you. I've had enough.	-- Dạ thôi. Cám ơn. Tôi no lắm rồi.
Would you like something to eat?	Ông ăn gì không?
-- No, thank you. I've already eaten.	-- Dạ không. Cám ơn. Tôi ăn cơm rồi.

Would you care for something to drink?
-- May I have a glass of <u>orange juice</u>?

Ông uống gì không?

-- Ông cho tôi xin một ly <u>nước cam</u>.

How about a whisky and soda?
-- No, thanks. I don't drink.

Mời ông dùng chút whisky và soda.
-- Dạ không. Cám ơn. Tôi không biết uống rượu.

Have you had <u>breakfast</u> yet?
-- Yes, I have.

Ông đã <u>ăn sáng</u> chưa?
-- Dạ rồi. Tôi ăn sáng rồi.

Have you had <u>lunch</u> yet?
-- No, I haven't.

Ông đã <u>ăn trưa</u> chưa?
-- Dạ chưa. Tôi chưa ăn trưa.

* Have you had <u>dinner</u> yet?

Ông đã <u>ăn tối</u> chưa?

Is there a Chinese restaurant near here?

Gần đây có tiệm ăn Tàu không?

Would you like a cup of <u>tea</u>?
-- Yes... Thank you.
With, or without sugar?
-- Without sugar.

Mời ông dùng chút <u>nước trà</u>.
-- Dạ... Cám ơn.
Có bỏ đường không?
-- Dạ không.

<u>At a lunch counter</u>:

<u>Tại quán ăn loại lunch counter</u>:

I'd like a cup of hot tea.

Cho tôi một tách nước trà.

I'd like a ham sandwich and a glass of milk.

Cho tôi một cái sandwich thịt jambon và một ly sữa tươi.

I'll have two eggs and toast.
-- How would you like your eggs?
I would like them soft-boiled/scrambled/fried.

Cho tôi hai cái trứng và bánh mì
-- Trứng nấu kiểu nào?   nướng.
Luộc mềm/đánh ra, khi chiên thì trộn lên/rán.

I would like a small Coke.

Cho tôi một ly Coca nhỏ.

I want a bowl of chicken soup.

Cho tôi một tô xúp gà.

* Có vài nơi tại Hoa Kỳ, ăn trưa gọi là <u>dinner</u>, ăn tối là <u>supper</u>.

I want a hamburger.	Cho tôi một cái hamburger.
I want a cheeseburger.	Cho tôi một cái cheeseburger.
Give me two scoops of ice cream. I want vanilla/chocolate/strawberry.	Cho tôi hai "scoops" cà-rem. Tôi muốn thứ va-ni/sô-cô-la/có vị dâu tây. ("Scoop" là loại muỗng tròn để múc cà-rem)
Would you like some <u>dessert</u>? -- Yes. I would like some rice pudding/Jello.	Ông dùng tráng <u>miệng</u> không? -- Có. Cho tôi xin rice pudding/ Jello.
Where do I pay? -- Pay at the cashier.	Tôi trả tiền ở đâu? -- Trả tiền cho thâu ngân viên.

<u>Lời chú</u>: Ở các tiệm ăn Mỹ, có thông lệ bỏ lại tiền nước (<u>tip</u>) cho người hầu bàn khi ăn xong; thường thường từ 10 đến 15 phần trăm tiền bửa ăn.

COMMON FOODS IN AMERICA

Meats	Thịt	Sea foods	Đồ biển
beef	thịt bò	fish	cá
pork	thịt heo	shrimp	tôm
chicken	thịt gà	crab	cua
lamb	thịt trừu non	lobster	tôm hùm
veal	thịt bò non	trout	cá hương
duck	thịt vịt	codfish	cá thu
turkey	thịt gà tây	sardine	cá mòi
		tunafish	cá ngừ

Vegetables	Rau cải bí bầu		
cabbage	bắp cải	gourd	bầu
cauliflower	bắp cải hoa	bitter melon	mướp đắng
Chinese cabbage	cải bẹ trắng	potatoes	khoai tây
mustard green	cải đắng	sweet potatoes	khoai lang
lettuce	xà lách		
leek	tỏi tây	Spices and	Gia vị
carrots	cà rốt	Seasonings	
asparagus	măng tây	Chinese parsley	ngò
bamboo shoots	măng tre	onion	củ hành
bean sprouts	giá	green onion	hành lá
mushroom	nấm	garlic	tỏi
radish	củ cải đỏ	red pepper	ớt cay
cucumber	dưa leo	black pepper	tiêu
tomato	cà chua	salt	muối
beets	củ cải đường	sugar	đường
eggplant	cà tím	citronella	xả
green pepper	ớt bí	lemon	chanh vàng
string bean	đậu đũa	lime	chanh xanh
peas	đậu Hoà lan	ginger	gừng
lima beans	đậu tây	cinnamon	quế
corn	bắp		
pumpkin	bí rợ, bí đỏ		

Fruits	Trái cây	Cereals and grains	Ngũ cốc
apple	bom	rice	gạo
orange	cam	glutinous rice	gạo nếp
tangerine	quít	("sticky rice")	
banana	chuối	corn	bắp
peach	đào lông	soybean	đậu nành
pear	lê	sesame	mè
plum	mơ	peanut	đậu phụng
cantaloupe	dưa tây		
honeydew	dưa gang		
water melon	dưa đỏ		
grape	nho tươi		
raisins	nho khô		
grapefruit	bưởi		

Lưu ý:

Giá một cân thịt ở Mỹ chênh lệch rất nhiều tùy theo "grade" và "cut". "Grade là hạng tốt xấu, còn "cut" là thịt từ chỗ nào mà cắt ra. Về rau rán và trái cây thì đúng mùa giá rẻ hơn là khi trái mùa. Hơn nữa, rau rán và trái cây bỏ hộp thường thường rẻ hơn tươi. Các tiệm bán thực phẩm gọi supermarkets (siêu thị) thường hay có những ngày bán hạ giá gọi là Sale, để câu khách hàng vào dịp cuối tuần lễ. Những ngày như vậy thường được quảng cáo trong báo địa phương.

CLOTHING

Quần áo

Buying clothes:

May I help you?
-- I would like to buy a
   sport shirt.
-- I would like to buy a
   blouse.

What's your <u>size</u>?
-- I am sorry I don't know
   my size. Can you take
   my measurements?

Can I try it on?

Where can I try this on?

It is too <u>large</u>.

Do you have <u>smaller</u> sizes?

It is too <u>small</u>.

Mua <u>quần áo</u>:

Ông cần tôi giúp chi không?
-- Tôi muốn mua một cái áo
   sơ mi sport đàn ông.
-- Tôi muốn mua một cái áo
   sơ mi đàn bà.

Ông bận áo <u>cỡ</u> mấy?
-- Tôi xin lỗi, không biết cỡ
   mấy. Ông làm ơn đo giùm coi.

Tôi bận thử có được không?

Chỗ bận thử quần áo ở đâu?

<u>Rộng</u> quá.

Có cỡ nhỏ hơn không?

<u>Chật</u> quá.

Do you have larger sizes?	Có số lớn hơn không?
It is too tight at the <u>waist</u>.	<u>Lưng</u> chật quá.
The <u>sleeves</u> are too long.	<u>Tay</u> dài quá.
Do you do alterations?	Tiệm có chịu sửa cho vừa kích tấc không?
Do you charge extra for alterations?	Sửa kích tấc cho vừa thì phải trả tiền thêm không?
When will it be ready?	Chừng nào có?
This size fits me OK (well).	Số nầy tôi bận vừa.
Does this have to be dry-cleaned?	Vải nầy có cần phải giặt khô không?
Can you launder this at home?	Vải nầy giặt lấy ở nhà có được không?
Does this have to be hand-washed?	Vải nầy có cần phải giặt nhẹ bằng tay không?
Is this machine-washable?	Giặt máy có được không?
Does this have to be ironed?	Có cần phải ủi không?
This is too expensive. I would like something cheaper.	Cái nầy dắt tiền quá. Tôi muốn thứ ít tiền hơn chút nữa.
This is a little too <u>fancy</u> for me.	Cái nầy có hơi <u>kiểu cách</u> quá.
Is this on Sale?	Cái nầy bán hạ giá hay sao?
What was the regular price?	Nguyên giá thì là bao nhiêu?

72

SOME ITEMS OF CLOTHING
Vài loại quần áo

Men's clothing Quần áo đàn ông		Women's clothing Quần áo đàn bà	
suit	âu phục đàn ông	dress	áo đầm
coat	áo veston	blouse	áo sơ mi đàn bà
trousers/ pants	quần dài	skirt	váy đầm, "jupe"
dress shirt	áo sơ mi tay dài	suit	(bộ y phục đàn bà gồm cái váy và cái áo ngoài)
sport shirt	áo sơ mi sport		
tie	cà vạt	pant suit	(quần dài thay thế cái váy)
bow tie	nơ cổ		
underwear	đồ bận lót	underwear	đồ bận lót
T-shirt	áo lót	panty	quần xì líp đàn bà
undershorts	quần đùi lót	slip	(áo lót dài, bận trong áo đầm)
briefs	quần xì líp đàn ông	hose	(tất ni-long, dài)
pajamas	đồ bận ngủ	pantyhose	(quần lót và tất dài ni-long liền một)
Bermuda shorts	quần sọt		
bathrobe	áo choàng đi tắm	jeans	quần cao bồi
socks	vớ/tất	night gown	(áo choàng bận ngoài đồ ngủ)
sweater	áo len		
raincoat	áo mưa	housecoat	(áo choàng dài bận thường trong nhà)
overcoat	áo lạnh (áo "pardessu")		
scarf	khăn quàng cổ	pajamas	đồ bận ngủ
jeans	quần cao bồi		
jacket	(áo bận ngoài)		
work clothes	(quần áo vải bền bận để làm việc tay chân nặng)		

Lưu ý: Quần áo và các thứ vật dụng trong nhà như mền gối, vải trải giường v.v... thỉnh thoảng được các nhà hàng lớn bán hạ giá để câu khách hàng, gọi là Sale. Những dịp như vậy thường thường được cổ động trong báo địa phương.

Footwear	Giày dép	Other personal items	Đồ lặt vặt khác
shoes	giày	hat	nón/mũ
socks	vớ/tất	cap	(nón không vành, có visière)
stockings	tất dài		
dress shoes	(giày sang, bận với "đồ lớn")	watch	đồng hồ đeo tay
work shoes	(giày chắc chắn, loại của người lao công)	glasses	kiếng
		sun glasses	kiếng mát
		belt	giây nịt
tennis shoes	(giày tennis)	wallet	bóp tiền đàn ông
"sneakers"	(giày tennis, hoặc loại có đế cao su đi không nghe tiếng)	cuff links	nút manchettes
		tie clip	(cái kẹp cà vạt)
		handkerchief	khăn hỉ mũi
slippers	(dép mang ban đêm)	purse	(ví xách tay của đàn bà)
sandals	(giày sandales)		
boots	(giày bottes)	jewelry	đồ nữ trang
overshoes	(giày đi mưa, mang phía ngoài giày thường)	ring	nhẫn
		necklace	vòng đeo cổ
		bracelet	vòng đeo tay
		chain	giây chuyền
		earrings	bông tai
		diaper	tã (con nít)
		suitcase	va-li
		umbrella	dù

Washing clothes: Giặt dịa quần áo:

(At the dry cleaner's):   (Tại tiệm giặt ủi):

I would like this dry cleaned.   Đồ nầy giặt khô.

No starch on the shirts, please.   Áo sơ mi xin đừng có bỏ hồ.

I would like to have it Friday   Chiều thứ sáu lấy có được
afternoon. Is that possible?   không?

When will it be ready?   Chừng nào xong?

Is there a laundromat around here?   Quanh đây có tiệm"laundromat" không?
                                           (tự giặt lấy)

(At the laundromat):   (Tại tiệm laundromat):

How much money do you have to put   Phải bỏ vào máy bao nhiêu tiền?
in the machine?

About how much is a load?   Máy nầy mỗi lần giặt được bao
                                           nhiêu quần áo?

Excuse me. How do you operate   Xin lỗi. Cái máy nầy chạy làm sao?
this machine?

How much soap should you use for   Giặt mỗi lần dùng bao nhiêu xà-bông?
one load?

When do you add soap?   Khi nào thì cho xà bông vô?

About how long will it take?   Mất chừng bao lâu mới rồi?

Excuse me. Are you using this   Xin lỗi. Máy nầy có ai xài không?
machine?

(clothes) washer	máy giặt	pillow case	bao gối
(clothes) dryer	máy sấy quần áo	bath towel	khăn tắm
(clothes) deter-gent	xà bông giặt	face towel	khăn lau mặt
		kitchen towel	khăn lau chén dĩa
		table cloth	khăn trải bàn ăn
sheets	vải lót giường	napkin	khăn lau miệng
pillow	gối	curtain	màn cửa sổ
blanket	mền	diapers	tả con nít

Sewing clothes: May quần áo:

Is there a sewing shop around here?   Quanh đây có tiệm bán vải và đồ
                                         may vá không?

I need some <u>thread</u>.   Tôi cần <u>chỉ may áo</u>.

I need some <u>needles</u>.   Tôi cần <u>kim may áo</u>.

Where are the pattern books?   Sách các kiểu quần áo để chỗ nào?

How much is a yard of this <u>material</u>? <u>Vải</u> nầy một "yard" bao nhiêu tiền?
                                         (1 yard = 0.91 thước)

sewing machine	máy may	cotton	cô tông
fabric	vải	silk	lụa, hàng
tape measure	cái thước đo vải	nylon	ni-lông
button	nút	bobbin	ống chỉ của máy may
zipper	fermeture éclair	dress form	hình nộm (của thợ may)
hooks and eyes	móc và khuy (để kết áo)	lining	vải lót
wool	len	pattern	mẫu quần áo (dùng để cắt theo)

HOUSING
Vấn đề nhà cửa

Renting a place to live:

I need an apartment for a family of four.

Is it furnished?

How much is the rent?

Is there a laundry room in the building?

Where is the manager's office, please.

Are the utilities included in the rent?

I would like to show the lease to a friend before signing it. Will that be all right?

Do I have to make a deposit?

Mướn chỗ ở:

Tôi cần một apartment cho một gia đình bốn người.

Phòng có sẵn bàn, ghế, giường, hay không?

Tiền nhà bao nhiêu?

Trong cư xá có phòng giặt quần áo không?

Văn phòng quản trị cư xá ở đâu?

Tiền nhà có bao cả tiền gas, tiền điện và tiền nước hay không?

Tôi muốn đưa giấy giao kèo mướn nhà nhờ một người bạn đọc lại. Có gì trở ngại không?

Tôi có phải nạp tiền cọc không?

77

Is there <u>parking</u> reserved for tenants?

Có <u>chỗ đậu xe</u> dành riêng cho người trọ trong cư xá không?

Is there free parking?

Có chỗ đậu xe miễn tiền không?

I would like to see the manager, please.

Tôi xin gặp người quản trị cư xá.

I have a <u>complaint</u> to make.

Tôi có việc nầy muốn <u>khiếu nại</u>.

How many bedrooms are there?

Có mấy phòng ngủ?

How many bathrooms are there?

Có mấy phòng tắm?

Is it near a school?

Nhà có gần trường học không?

Is it near a bus line?

Nhà có gần đường xe buýt chạy không?

Is there central air-conditioning?

Có hệ thống điều hoà không khí cho cả nhà không?

Is it near a <u>shopping center</u>?

Gần <u>trung tâm phố xá</u> không?

(Checking into a hotel):
I would like a single room.

(Mướn phòng tại khách sạn):
Tôi muốn một cái phòng chiếc.

I would like a double room.

Tôi muốn một cái phòng đôi.

How much is it for a day?

Một ngày bao nhiêu tiền?

What is the checkout time?

Phải trả phòng trước mấy giờ?

A HOUSE
Một cái nhà

entrance	cửa vào	floor	sàn nhà
hall	lối đi	door	cửa
living room	phòng khách	window	cửa sổ
bedroom	phòng ngủ	stairway	cầu thang
dining room	phòng ăn	venetian blind	sáo venetian
kitchen	nhà bếp	window shade	(màn cuốn thành
bathroom	phòng tắm		ống kéo lên xuống)
powder room	phòng rửa tay	radiator	ra-đi-a-tơ
recreation room	phòng giải trí	furnace	máy sưởi nhà
fire place	lò sưởi đốt củi	water heater	máy đun nước
screened porch	nhà lưới	washing machine	máy giặt
closet	tủ máng quần áo	or clothes	
attic	trên gác	washer	
linen closet	tủ cất mền gối	laundry tub	(bể giặt quần áo
basement	dưới hầm		bằng tay)
utilities room	(phòng để các	fuse box	hộp cầu chì
	máy giặt, sấy,	water meter	đồng hồ đo nước
	đun nước, sưởi	gas meter	đồng hồ đo gas
	v.v...)	electric meter	đồng hồ đo điện
garage	nhà đậu xe	stove	lò nấu ăn
front yard	sân trước	oven	lò nướng
back yard	sân sau	refrigerator	tủ lạnh
garden	vườn	kitchen sink	bể rửa chén dĩa
patio	(sân có lót đá)	kitchen cabinet	tủ nhà bếp
tool shed	(nhà cất đồ làm	diswasher	máy rửa chén dĩa
	vườn)	garbage	(máy nghiền đồ ăn dư)
upstairs	trên lầu	disposer	
downstairs	dưới lầu	pantry	(chỗ cất trữ đồ ăn)
roof	mái nhà	bath tub	bể tắm
wall	vách tường	wash bowl	bể rửa mặt
mantle piece	(kệ đóng trên	toilet bowl	bể đi tiểu
	tường ở lò sưởi)	toilet seat	(vành và nắp của bể
			đi tiểu)

shower	(chỗ đứng tắm nước ria)	mirror	kiếng soi mặt
medicine cabinet	(tủ để thuốc và đồ toa-lét)	towel rack	cái máng khăn
		faucet	vòi vặn nước

Furnishing a house   Sắm đồ đạc trong nhà

furniture	bàn ghế	table cloth	khăn trải bàn ăn
table	bàn	napkin	khăn lau miệng
dining table	bàn ăn	shower curtain	màn tắm
lamp table	bàn để đèn	pots and pans	son nồi
vanity table	bàn ngồi trang điểm	pan	son
		frying pan	(son dùng để chiên)
kitchen table	bàn để trong bếp	sauce pan	(son nhỏ)
		kettle	ấm nấu nước
coffee table	bàn cà phê	coffee pot	bình pha cà phê
chair	ghế	teapot	bình trà
arm chair	ghế phô-tơi	kitchen knife	dao làm bếp
sofa	ghế xô-pha	dish towel	khăn lau chén dĩa
rug	(tấm thảm trải sàn nhà)	can opener	cái mở đồ hộp
		bottle opener	cái mở nắp chai
bed	giường	corkscrew	cái mở nùi chai
double bed	giường đôi	silverware	muỗng nĩa
single bed	giường chiếc	fork	nĩa
mattress	nệm trên	spoon	muỗng
box spring	nệm dưới	knife	dao
buffet	tủ chén dĩa	chopsticks	đũa
dresser	tủ quần áo	dishes	chén dĩa
lamp	đèn	cup	tách
mirror	kiếng soi mặt	saucer	(dĩa nhỏ để dưới tách)
curtain	màn cửa	plate	dĩa lớn
sheet	vải lót giường	bowl	tô
blanket	mền	glass	ly
pillow	gối	tray	cái khay
bedspread	(tấm trùm giường)	salt and pepper shakers	bình tiêu muối

tooth brush	bàn chải đánh răng	vacuum cleaner	máy hút bụi
		broom	chổi
tooth paste	kem đánh răng	dust pan	(cái xúc bụi)
comb	lược	mop	(cái chùi sàn nhà,
hair brush	bàn chải tóc		có cán dài)
razor	dao cạo	brush	bàn chải
bath towel	khăn tắm	feather duster	chổi lông
face towel	khăn lau mặt	dust cloth	giẻ lau bàn ghế
bath soap	xà bông thơm	waste basket	sọt rác
bath sponge	(cục ê-bông chùi mình mấy)	garbage can	(thùng lớn, dùng để chứa rác)
		disinfectant	nước sát trùng
		detergent	xà bông

Household Repairs — Sửa chữa lặt vặt trong nhà

It doesn't work.	Cái nầy hư rồi.
What's wrong with it?	Hư làm sao?
-- It doesn't start.	-- Vặn không chạy.
It broke down.	Nó không chạy nữa.
It's broken.	Hư rồi.
Can you fix it?	Ông sửa được không?
Does something need to be replaced?	Cần phải thay bộ phận gì không?
How much would it cost to fix it?	Sửa tốn chừng bao nhiêu tiền?
Does that cover both parts and labor?	Đó là cả tiền mua bộ phận mới và tiền công, hay sao?
I think I can fix this myself.	Chắc tôi có thể tự sửa lấy.
Would a hardware store have it?	Mấy tiệm bán đồ dụng cụ lặt vặt dùng trong nhà có bán thứ đó không?

Is there a hardware store nearby?

Gần đây có tiệm bán đồ dụng cụ lặt vặt dùng trong nhà không?

I want to get a hammer and some nails.

Tôi muốn mua một cái búa và một ít đinh.

(Showing the hardware store clerk a worn out part:)
Excuse me. Where can I get a replacement for this?

(Đưa cho người bán tiệm coi một bộ phận gì đã cũ mòn:)
Xin lỗi. Muốn mua một cái để thay thế cái nầy thì mua ở đâu?

I would like to return this.
It is the wrong size.

Tôi muốn trả lụi cái nầy.
Không đúng cỡ.

I would like to exchange this for another one, please. This is the wrong size. It is too small/big.

Tôi muốn đổi cái nầy lấy một cái khác. Cái nầy không đúng cỡ. Cỡ nhỏ/lớn quá.

Basic household tools

		Dụng cụ căn bản dùng trong nhà	
hammer	búa	drill bit	mũi khoan
(pair of) pliers	kìm	wrench	kìm vặn bù lon
screw driver	cái vặn vít	flashlight	đèn bin
saw	cưa	paint brush	chổi sơn
chisel	đục		
drill	khoan		

Useful Items:

		Các vật linh tinh khác:	
light bulb	bóng điện	extension cord	giây nối điện
key	chìa khoá	nail	đinh
lock	khoá	screw	đinh vít
fuse	cầu chì	nut	con ốc
(water faucet) washer	(vành cao su, vặn chặt vào rồ bi-nê cho nước khỏi rỉ giọt)	bolt	đinh bù-lon
		tape	băng keo
		lubricating oil	dầu bỏ máy
		paint	sơn
glue	keo	turpentine	dầu chùi sơn
sandpaper	giấy nhám		

82

JOBS

Vấn đề công ăn việc làm

I am looking for a <u>job</u>.	Tôi đang tìm <u>việc</u>.
I am out of work.	Tôi bị thất nghiệp.
I do not have a job.	Tôi không có công ăn việc làm.
I am applying for a job.	Tôi đang làm đơn xin việc.
Can you help me find a job?	Xin làm ơn giúp tôi kiếm công ăn việc làm.
I am going to a job interview. Can you go with me?	Tôi phải đi gặp người ta về chỗ làm. Làm ơn đi cùng để giúp tôi chút.
Will this organization help me find a job?	Tổ chức nầy có thể giúp tôi tìm công ăn việc làm không?
What was your <u>occupation</u> before you came to the US?	Trước khi qua Mỹ thì ông làm <u>nghề</u> gì?
-- I was in the military.	-- Tôi ở trong quân đội.
-- I was a government official.	-- Tôi là một nhân viên chánh phủ.

-- I was a ... (profession).
-- I worked for ...(name of
   organization).

-- Tôi là ... (nghề nghiệp).
-- Tôi làm việc cho ... (tên sở
   làm).

How long did you work at that
job?
-- I worked at that job for
   six years.

Ong làm việc đã được bao lâu?

-- Tôi làm được sáu năm.

How much does this job pay?

Việc nầy lương bao nhiêu?

What are the <u>working hours</u>?

<u>Ngày giờ làm việc</u> như thế nào?

Do you get paid every week, or
every other week?

Lương lãnh hằng tuần, hay là hai
tuần một lần?

Beside the salary, are there
any <u>benefits</u> going with the
job?

Ngoài tiền lương ra thì có được
hưởng <u>quyền lợi</u> gì nữa không?

What about leaves and
vacations?

Về vấn đề nghỉ bịnh, nghỉ hè
v.v... thì sao?

What about pay raises, and
advancement?

Vấn đề tăng lương, lên chức vụ
thì sao?

Who will be my direct supervisor?

Ai sẽ là người điều khiển tôi?

When can you let me know?

Chừng nào thì ông có thể cho
tôi biết?

I would like a little time
to think about it.

Tôi xin ít lâu để suy nghĩ lại
đã.

When do I have to let you know?

Chừng nào thì tôi phải trả lời
cho ông?

Is this a full-time, or a part-
time job?

Việc nầy làm suốt ngày, hay là mỗi
ngày chỉ làm một vài tiếng đồng hồ
thôi?

accountant	kế toán viên	farm hand	phu nông trại
architect	kiến trúc sư	fast-order	người làm bếp tại
auto mechanic	thợ máy xe hơi	cook	tiệm bán các thức
babysitter	người giữ em		ăn nấu mau
baker	thợ làm bánh	fashion model	người mẫu trình
barber	thợ hớt tóc		diễn thời trang
bartender	người pha rượu	glazier	thợ cửa kiếng
blacksmith	thợ rèn	hat check	cô giữ nón, áo v..
bookbinder	thợ đóng sách	girl	v..
bookkeeper	người giữ sổ	hairdresser	thợ uốn tóc
bricklayer	thợ nề	housekeeper	người giữ nhà
butcher	người cắt/bán thịt	interpreter	thông ngôn
cabinetmaker	thợ mộc đóng tủ	janitor	phu quét dọn các
carpenter	thợ mộc làm nhà		binh-đinh lớn
cashier	thâu ngân viên	journalist	ký giả
chauffeur	tài xế xe hơi	lathe	thợ điều khiển máy
clerk	người làm lặt vặt	operator	tiện thép
clerk-typist	thơ ký đánh máy	laundryman	thợ giặt
cook	người nấu bếp	lawyer	luật sư
deliveryman	người đi đưa hàng	locksmith	thợ sửa khóa
dentist	nha sĩ	machinist	thợ đồ thép
dietician	chuyên viên lo về	maid	người ở
	phẩm chất của đồ	mechanic	thợ sửa máy
	ăn uống	miner	thợ mỏ
draftman	kỹ họa viên		
dressmaker	thợ may áo đàn bà	mover	người chuyển·đồ
doctor	bác sĩ	night	người gác đêm
economist	kinh tế gia	watchman	
electrician	thợ điện	newspaper boy	em đi phát báo
engineer	kỹ sư	nurse	y tá
foreman	cai thợ	(telephone)	tổng đài viên điện
farmer	nông gia	operator	thoại

optician	thợ làm kiếng mắt	teacher	giáo viên
painter	thợ sơn	translator	thông dịch viên
pharmacist	dược sĩ	typist	người đánh máy
photographer	thợ chụp hình	TV repairman	thợ sửa máy vô tuyến truyền hình
plumber	thợ ống nước		
printer	thợ in	truck driver	tài xế xe vận tải
professor	giáo sư	upholsterer	thợ sửa nệm ghế
radio technician	thợ máy vô tuyến điện	waiter	người hầu bàn (nam)
		waitress	người hầu bàn (nữ)
researcher	sưu tầm viên	watchmaker	thợ sửa đồng hồ
restaurant manager	người quản trị tiệm ăn	welder	thợ hàn
		yard man	người dọn dẹp vườn tược
scientist	bác học		
supervisor	điều khiển viên	zoo keeper	người giữ sở thú
shipping clerk	người gởi hàng		
stock boy	người sắp hàng vào kho		
tailor	thợ may		

ABOUT SCHOOLS
Vấn đề học hành

Is there a <u>school</u> in this area?	Ở vùng nầy có <u>trường học</u> không?
What kind of school is it?	Trường đó là trường cấp nào?
-- It's an elementary school.	-- Cấp tiểu học (lớp 1-6).
-- It's a junior high/inter-mediate school.	-- Cấp trung học bậc I (lớp 7-9).
-- It's a high school.	-- Cấp trung học bậc II (lớp 10-12)
-- It's a nursery (school).	-- Cấp mẫu giáo.
-- It's a kindergarten.	-- Cấp ấu trĩ.
Is it a public school?	Có phải là trường công không?
-- Yes, it is.	-- Phải. Trường công.
-- No, it's a private school.	-- Không. Trường tư.
-- No, it's a parochial school.	-- Không. Trường đạo.
I would like to see the <u>principal</u>, please.	Tôi xin gặp ông <u>hiệu trưởng</u>.
I am anxious for my children to resume their schooling.	Tôi rất nóng lòng muốn cho mấy đứa con tôi tiếp tục lại việc học hành.

I would like to <u>enroll</u> them in school.	Tôi muốn cho nó <u>ghi tên</u> đi học.
I would like to register my son Minh.	Tôi muốn ghi tên cho cháu Minh tôi đi học.
Do I have to pay for the tuition?	Tôi có phải trả <u>học phí</u> cho nó không?
He has attended school in Vietnam.	Nó đã có đi học ở tại Việt Nam.
He has had ... years of school.	Nó đi học được ... năm rồi.
This is his <u>school record</u>.	Đây là <u>học bạ</u> của nó.
What <u>grade</u> should he be in?	Nó nên vào <u>lớp</u> mấy?
He needs a lot of tutoring in English.	Nó rất cần học riêng thêm tiếng Anh.
I would like to get acquainted with his <u>teacher</u>.	Tôi xin phép gặp để làm quen với <u>giáo sư</u> của nó.
Minh was very good in math.	Cháu Minh giỏi toán lắm.
It will be some time before he is fully adjusted.	Cũng phải cần một thời gian nó mới quen với trường mới.
Are there school buses?	Có xe của trường đưa đi đón về không?
Where should he wait for the bus?	Nó phải đợi xe buýt của trường ở đâu?
What time should he be there?	Mấy giờ thì phải đứng đợi ở đó?
What about <u>school supplies</u>? Does the school provide them?	Vấn đề sắm <u>vật dụng học sinh</u> thì thế nào? Trường có phát không?

What school supplies do I have to buy for him?	Về vật dụng học sinh thì tôi phải sắm những thứ gì cho nó?
Does he have to bring his lunch to school?	Nó có cần phải bới cơm trưa theo không?
Does he have to pay for his lunch at school?	Ăn cơm trưa ở trường có phải trả tiền không?
Minh was <u>absent</u> yesterday because he was sick.	Hôm qua cháu Minh <u>vắng mặt</u> vì nó bị đau.
Can the school help him learn more English?	Trường có thể giúp cho cháu học thêm tiếng Anh không?
I can help him with his homework assignments.	Tôi có thể giúp nó làm bài ở nhà.
I cannot help him with his homework assignments.	Tôi không có thể giúp nó làm bài ở nhà.
My children need to learn English. Can you recommend a textbook?	Con tôi cần phải học tiếng Anh. Ông có thể giới thiệu cho một cuốn sách học không?
I would like to study more English Can you help me?	Tôi muốn học thêm tiếng Anh. Ông có thể nào giúp được không?
I would like to know more about the <u>school system</u> in the U.S. Can you help me?	Tôi muốn được biết thêm về <u>hệ thống trường học</u> ở Mỹ. Ông có thể nào giúp được không?
I will appreciate very much any help you can give my children in school.	Tôi sẽ rất cảm ơn sự giúp đỡ của ông trong việc học hành của con cái chúng tôi.
I would like to know how my children are doing in school.	Tôi muốn được biết con cái tôi học hành như thế nào.

Useful Terms: Danh Từ Hữu Dụng:

pen	viết	lunch box	hộp đựng đồ ăn trưa
pencil	viết chì	ruler	thước
eraser	cục tẩy	colored pencils	viết chì màu
paper	giấy	colored crayons	cây bôi màu
book	sách	chalk	phấn
notebook	vở/cuốn tập	ink	mực
textbook	sách giáo khoa	library	thư viện
book bag	bót học trò	principal's office	văn phòng ông hiệu trưởng
principal	hiệu trưởng	registrar's office	văn phòng ghi tên
teacher	giáo sư	athletic field	sân vận động
student	học sinh	playground	sân chơi
classmate	bạn đồng lớp	subject	môn học
friend	bạn	test/examination	thi
classroom	phòng học	semester	lục cá nguyệt
laboratory	phòng thực nghiệm	school term	khóa học
lunch room	phòng ăn trưa	summer vacation	nghỉ hè
holiday	ngày lễ	report card	phiếu điểm, mỗi cuối khóa học cha mẹ phải ký tên vào
recess	giờ nghỉ		
lunch recess	giờ ăn trưa		
schedule of classes	thời khắc biểu		
class	lớp		
notice	báo cáo		
grade	lớp	grade	điểm
6th grade	lớp 6	good grades	điểm cao
school district	một khu vực mà trong đó tất cả con em đều phải đi học tại cùng một trường	bad grades	điểm thấp
		attendance	thành tích khiếm diện
		curriculum	chương trình học
		course	môn học
PTA	Hội Phụ Huynh và Giáo Sư	credit	số điểm, chỉ trị giá của môn học
PTA meeting	buổi họp của PTA		

graduation	tốt nghiệp	sixth grade	lớp sáu
day care center	trung tâm giữ trẻ ban ngày	seventh grade	lớp bảy
		eighth grade	lớp tám
first grade	lớp một	ninth grade	lớp chín
second grade	lớp hai	tenth grade	lớp mười
third grade	lớp ba	eleventh grade	lớp mười một
fourth grade	lớp bốn	twelfth grade	lớp mười hai
fifth grade	lớp năm		

Vietnamese - English

A

Á ĐÔNG Asia, Orient

ÁC to be cruel

ÁC CẢM ill feelings

ÁC Ý bad intentions

AI who?

ÁI NGẠI to worry about, to feel concerned

ÁI QUỐC to be patriotic

ÁI TÌNH love

AM HIỂU to know well, be familiar with

ÁM ẢNH to obsess

ÁM CHỈ to hint at, refer to

ÁM HẠI to harm secretly

ÁM SÁT to assassinate

ẢM ĐẠM to be sad, melancholy

AN CƯ LẠC NGHIỆP to be happily settled down in one's house and job

AN LÒNG to have peace of mind

AN NGHỈ to rest in peace

AN NHÀN to be leisurely

AN NINH security

AN NINH CÔNG CỘNG public security

AN THẦN sedative

AN ỦI to comfort, console

ANH elder brother

ANH CHỊ EM brothers and sisters; friends

ANH CHỒNG/ANH VỢ brother-in-law

ANH ĐÀO cherry blossoms

ANH EM brothers

ÁNH SÁNG light

ẢNH photograph

ẢNH HƯỞNG influence; to be influential

AO ƯỚC to long for, yearn for

ÁO shirt, blouse, coat, jacket, vest, tunic

ÁO CÁNH waistcoat

ÁO DÀI (Vietnamese) long dress

ÁO MƯA raincoat

ÁO LÓT undershirt

ÁO NGỦ nightgown

ÁO SƠ-MI men's shirt

ÁO TẮM bathing suit

ÁP BỨC to oppress

ÁP DỤNG to apply, use

ÁP LỰC pressure

ẢO ẢNH illusion

ÁY NÁY to be uneasy

Ă

ẴM to carry a baby in one's arms

ĂN to eat

ĂN CẮP to steal

ĂN CƠM to eat, have a meal

ĂN CƯỚI to attend a wedding party

ĂN CƯỚP to rob

ĂN ĐIỂM TÂM to eat breakfast

ĂN GIAN to cheat

ĂN LỜI to take a profit

ĂN MÀY to beg; beggar

ĂN MẶC to dress

ĂN NĂN to repent, regret

ĂN TIỆC to attend a banquet, a party

ĂN TIỀN to take bribes

ĂN TRỘM to rob, burglarize

ĂN UỐNG eating and drinking

Â

ÂM NHẠC music

ÂM LỊCH lunar calendar

ẤM warm, lukewarm; nice and warm

ẦM to be noisy

ẨM to be humid, damp, wet, moist

ÂN NHÂN benefactor

ẤN ĐỊNH to fix (rates, levels, etc...)

ẤN PHẨM printed materials

ẤP hamlet

ÂU Europe

ÂU PHỤC Western clothes

ẨU to be careless, negligent

B

BÀ lady

BÀ AN Mrs. An

BÀ CON relatives

BÀ NGOẠI grandmother (on the maternal side)

BÀ NỘI grandmother (on the paternal side)

BÁC uncle, aunt

BÁC (bỏ) to reject

BÁC SĨ medical doctor

BẠC silver; money

BÀI text, script; playing cards

BÀI BÁO newspaper article

BÀI HÁT song

BÀI HỌC lesson

BÀI TẬP exercise, drill

BÀI TRỪ to eradicate

BÃI BIỂN beach

BÃI BỎ to abolish

BAN department, committee

BAN ĐẦU at the beginning

BAN ĐÊM at night

BAN NGÀY in the daytime

BAN SÁNG in the morning

BAN TỐI in the evening

BAN TRƯA at noon

BÁN to sell

BÁN NGUYỆT semi-circular; bimonthly

BÁN NGUYỆT SAN bimonthly magazine

BÀN table

BÀN to discuss

BÀN CHẢI brush

BÀN CHÂN foot

BÀN GHẾ furniture

BÀN ỦI iron

BÀN TAY hand

BÀN THỜ altar

BẢN tablet, copy, document

BẢN ĐỒ map

BẠN friend

BẢNG board

BANH ball

BÁNH pastry

94

BÁNH MÌ bread
BÁNH XE wheel
BAO envelope, bag
BAO GIỜ when?
BAO LÂU how long?
BAO NHIÊU how much? how many?
BAO TAY gloves
BAO XA how far?
BÁO to report; newspaper
BẢO to tell
BÁT bowl
BÃO typhoon, hurricane
BẰNG CẤP diploma
BẰNG LÒNG to be satisfied,
    pleased
BẮP corn
BẮT to capture, to arrest
BẮT BUỘC to compel
BẮT ĐẦU to begin, to start
BẮT TAY to shake hands
BẬC grade, rank, level
BẬN busy
BẤT HỢP PHÁP to be illegal
BẤT LỰC to be incapable
BẤT TIỆN to be inconvenient
BẤT TỈNH to be unconscious
BÂY GIỜ now
BÉO to be fat
BỂ to be broken (of china,
    glassware, ect...)
BỆNH NHÂN patient, sick person
BẾN XE bus station
BỆNH VIỆN hospital
BẾP kitchen
BIẾT to know, to be aware of

BIẾT ƠN to be grateful, thankful
BÌNH TĨNH to be calm
BÒ cow, ox
BÓNG ĐÈN light bulb
BỔN PHẬN duty
BÔNG flower
BỘT flour; powder
BƠI to swim
BỚT to reduce
BỤNG belly, stomach
BỮA ĂN meal
BƯỚC step, pace
BƯU ĐIỆN post office

C

CA to sing
CÁ fish
CÁCH way, means, manner
CÀ CHUA tomato
CÀ-VẠT necktie
CÃI to argue
CAM orange
CÁM ƠN to thank
CAN THIỆP to intervene
CẠNH TRANH to compete
CẠO to scrape
CẠO RÂU to shave
CẮT to cut
CÂM to be mute
CẤM to forbid
CẦM to hold
CÂN to weigh
CẦN to need
CẨN THẬN to be careful

CÂU CÁ to fish
CÂU HỎI question
CÂU TIỂU latrine, rest room
CÂY tree
CÓ to have; to exist
CÒ postage stamp
COI to look at
CON child
CON GÁI daughter, girl
CON TRAI son, boy
CÔ young lady, Miss; aunt
CỔ neck
CÔNG CỘNG public
CÔNG VIÊN public park
CỘNG to add
CƠ HỘI opportunity
CƠ QUAN organ, agency
CỚ reason, cause
CỜ flag; chess
CƠM cooked rice
CŨ used, second-hand
CUA crab
CỦA possession, property
CỬA door, opening
CỬA SỔ window
CƯỚI to wed
CƯỜI to smile, to laugh
CỨT excrement, feces
CỨU to save, rescue

CH

CHA father
CHAI bottle
CHẢI to brush, to comb

CHANH lemon, lime
CHÀO to greet
CHÁU grandchild; niece, nephew
CHÁY to burn
CHẠY to run
CHẮN (mền) blanket
CHẶT to chop off
CHẬM to be slow
CHÂN foot
CHẤP NHẬN to accept
CHẬT to be tight
CHE to screen off, to hide
CHE CHỞ to protect
CHÉN (small) bowl
CHÉP to copy, write down
CHẾT to die
CHI TIÊU to spend
CHỈ thread
CHỈ to point out, to show
CHỈ BẢO to direct, to guide
CHỊ elder sister
CHIỀU afternoon
CHÁNH PHỦ government
CHÓ dog
CHÓNG to be quick, fast
CHÓNG MẶT to feel dizzy
CHỖ place, location, site, spot;
     room, space
CHỐI to deny
CHỔI broom
CHÔN to bury
CHỐNG to resist, to oppose
CHỒNG to pile up
CHỒNG husband
CHỜ to wait

CHỢ market
CHƠI to play
CHỚP lightning
CHỚP MẮT to wink
CHU ĐÁO to be thorough
CHÚ uncle
CHÚ Ý to notice, pay attention
CHỦ owner, boss
CHÙA pagoda
CHÚC to wish
CHUNG to be general, have
 in common
CHÚNG TÔI we
CHUỐI banana
CHUÔNG bell
CHỤP HÌNH to take pictures
CHUYÊN MÔN specialty,
 expertise
CHUYÊN CHỞ to transport
CHUYỆN story, matter
CHỮA to treat (medically);
 to fix
CHỨNG BỆNH symptom; sickness
CHỨNG CHỈ certificate
CHỨNG CỚ evidence, proof
CHỨNG NHẬN to certify

D

DA skin, leather
DẠ DÀY stomach
DÀI long
DẠI naive
DÁN to stick, to paste
DANH SÁCH name list
DANH TỪ noun; term

DAO knife
DẠY to teach
DẶM mile
DẶN to advise, to tell
DÂN citizen
DẤU to hide
DẤU HIỆU sign, signal, mark
DẦU oil
DÂY string, cord
DỄ easy
DỊCH to translate
DIÊM matches
DỊP opportunity, occasion
DỌA to threaten
DỌN DẸP to set in order, to
 straighten up (a house, a room)
DỐI TRÁ to be false, deceitful
DỜI to move, transfer
DU HỌC to study abroad
DU LỊCH to travel
DÙ umbrella
DÙNG to use, utilize, employ
DỤNG CỤ instrument, equipment
DUY TRÌ to maintain
DỮ to be fierce
DỰ ĐỊNH to plan to, expect
DƯA LEO cucumber
DƯA HẤU watermelon
DỪA coconut
DỪNG LẠI to stop
DƯỢC SĨ pharmacist
DƯỚI below, under, beneath,
 underneath

ĐÁ   stone
ĐÁ   to kick
ĐÀI   tower
ĐÀI PHÁT THANH   radio station
ĐẠI DIỆN   representative
ĐẠI HỌC   university
ĐẠI LÝ   agent, dealer
ĐẠI SỨ   ambassador
ĐÁM MA   funeral
ĐÀN ÁP   to repress, suppress, oppress
ĐÀN BÀ   women
ĐẠN   ammunition
ĐÁNG   to be worthy, deserving
ĐẢNG   gang, party
ĐÁNH   to hit, strike, beat, fight
ĐÁNH BÀI   to play cards
ĐÁNH GIÂY THÉP   to send a telegram, wire
ĐÀO   to dig
ĐẢO   island
ĐAU   to be aching, sick
ĐẶC BIỆT   to be special
ĐẮNG   to be bitter
ĐẮT   to be expensive, costly
ĐẬM   to be concentrated, strong (of solutions)
ĐẬP   to strike, hit
ĐẤT   earth, soil, land, ground
ĐẦU   head
ĐẬU   beans; peas
ĐẦY   to be full, filled
ĐẨY   to push
ĐẬY   to cover
ĐÈ   to press down

ĐEM   to bring
ĐEN   black
ĐÈN   lamp
ĐẸP   to be beautiful, pretty
ĐỂ   to place, put; to let, leave
ĐỂ LẠI   to leave behind
ĐỂ Ý   to pay attention
ĐÊM   night
ĐẾM   to count, enumerate
ĐẾN   to arrive, come
ĐỀN   to make restitution
ĐI   to walk; to go
ĐỊA CHỈ   address
ĐỊA ĐIỂM   location, site
ĐIẾC   to be deaf
ĐIÊN   to be insane
ĐIỀN   to fill out (an application form)
ĐIỆN   electricity
ĐIỆN THOẠI   telephone
ĐIỆN TÍN   telegram
ĐIỀU   clause, article, thing
ĐIỀU KIỆN   condition
ĐIỀU TRA   to investigate
ĐO   to measure
ĐỎ   red
ĐOÁN   to guess, predict
ĐOÀN KẾT   to unite
ĐỌC   to read
ĐÓI   to be hungry
ĐÒI   to demand
ĐÓN   to welcome
ĐỒ   things, stuff
ĐỔ   to pour out, spill
ĐÔI   pair, couple

ĐỔI   to change, exchange

ĐÔNG   east

ĐÔNG   to freeze, to congeal

ĐÔNG   winter

ĐÔNG   to be crowded

ĐỒNG   piastre

ĐỒNG HỒ   watch, clock

ĐỒNG RUỘNG   cultivated field

ĐỜI   life

ĐỢI   to wait for

ĐƠN   application form

ĐƠN GIẢN   to be simple

ĐỦ   to be complete, sufficient, to have enough

ĐŨA   chopsticks

ĐÚNG   to be exact

ĐUỔI   to chase, to pursue

ĐƯA   to give; to transmit; to transfer, to bring

ĐỰNG   to contain, hold

ĐƯỢC   to receive; to be acceptable; to be capable

ĐƯỜNG   sugar

ĐƯỜNG   way, road, street

ĐỨT   to be broken (of a continous line)

E

EM   younger sibling

EM GÁI   younger sister

EM TRAI   younger brother

ÊM   to be soft (of music, voice), comfortable (of seat, cushion)

G

GÀ   chicken

GẠCH   brick

GẠO   milled rice

GẠO NẾP   glutinous rice

GÃY   to be broken (of a stick)

GẮNG   to make efforts, endeavor

GẶP   to meet; encounter

GẦN   to be near

GẤP   to fold

GẤP   to be urgent

GHÉ   to stop by

GHẾ   chair

GHI   to record, to write down

GÓC   angle, corner

GÓI   to wrap

GỌI   to call

GỖ   wood

GỐI   pillow

GỘI ĐẦU   to wash one's hair

GỞI (GỬI)   to send, dispatch

GUỐC   wooden clogs

GƯƠNG   mirror

GÌ   what?

GIA ĐÌNH   family

GIA HẠN   to renew (permits, licenses, etc..)

GIÁ   price, value

GIÁ   bean sprouts

GIẢ   to be false, fake

GIẢ ĐÒ   to pretend

GIẢI TRÍ   recreation

GIÁM ĐỐC   director

GIAN   to cheat

GIÁN TIẾP to be indirect
GIẢN DỊ to be simple
GIẢNG to explain
GIÁO DỤC education
GIÁO SƯ teacher, professor
GIẶT to launder
GIẤY paper
GIẤY GIÁ THÚ marriage
  certificate
GIẤY KHAI SINH birth
  certificate
GIẤY THÔNG HÀNH passport
GIẦY (giày) shoes
GIẾNG well
GIẾNG NƯỚC water well
GIẾT to kill, murder
GIÓ wind
GIỎI to be good (at something)
GIỜ hour; o'clock
GIỚI THIỆU to introduce
GIÚP to help
GIỮ to keep, maintain
GIỮA middle, center

H

HẠ to lower
HẠ CÁNH to land (of airplanes)
HÀNG row, line
HÀNG HÓA goods, merchandise
HÀNG NĂM yearly
HÀNG NGÀY daily
HÃNG firm, company
HẠNG category, class
HÀNH ĐỘNG to act

HÀNH KHÁCH passenger
HÀNH LÝ luggage
HÀNH onion
HÃNH DIỆN to be proud
HÁT to sing
HÁT BÓNG movies
HAY to be good
HAY to know, be aware of
HẦM trench, cellar, tunnel
HÂN HẠNH to be honored
HẤP to steam
HẤP TẤP to be in a hurry, to rush
HẸN to promise (concerning the
  date of a meeting)
HEO pig
HÉO to wilt
HẸP narrow
HẸP HÒI to be narrow-minded
HÉT to shriek, scream
HỆ THỐNG system
HỆ TRỌNG to be important
HÊN to be lucky
HẾT to be out, to run out (of
  something)
HẾT XĂNG to be out of gas
HẾT THẢY all
HIẾM to be rare
HIỀN to be mild-mannered, gentle
HIỆN GIỜ at the present time
HIỂU to understand
HIỂU LẦM to misunderstand
HIỆU shop, store
HIỆU signal, sign
HIỆU LỰC effect, validity

HIỆU QUẢ result
HIỆU TRƯỞNG school principal, headmaster
HÌNH form, shape; photograph, picture
HÍT to inhale
HO to cough
HỌ family name, last name, surname
HOA flower
HOA TAI earring
HÒA BÌNH peace
HỎA XA railroad
HỌA SĨ painter, artist
HOÀN CẢNH situation, plight
HOÀN TOÀN to be perfect
HOÃN LẠI to postpone, put off
HOANG MANG to be confused
HOẠT ĐỘNG activity
HỌC to study
HỌC BỔNG scholarship
HỌC PHÍ tuition
HỌC SINH student
HỌC TRÒ pupil
HỎI to ask, question, inquire
HỌP to gather, get together, meet
HỒ lake
HỒ SƠ file, record
HỒ TẮM swimming pool
HÔI to stink, smell
HỘI association, society
HÔM KIA the day before yesterday; the other day
HÔM NAY today
HÔM QUA yesterday

HÔM SAU the next day
HÔN to kiss
HỒNG pink
HỘP box, carton, case, can
HỘP QUẸT box of matches
HƠN to be superior to ...
HỢP LỆ to be in order (of permits, licenses, and other papers)
HÚT to inhale, suck in, smoke
HÚT THUỐC to smoke (cigarettes)
HỤT to miss, to be short, lacking
HƯ to be broken, out of order, disabled, ruined
HỮU ÍCH to be useful
HƯỚNG DẪN to guide, lead
HƯỚNG direction

I

ÍCH KỶ to be selfish
ÍCH LỢI profit, usefulness
IM LẶNG to be silent
IN to print
ÍT little, small (in quantity)
ÍT CÓ to be rare

K

KEO glue
KÉO to pull, drag, tug
KÉO scissors
KẸO candy
KÊ to list
KỂ to relate (a story); to mention
KẾT QUẢ result
KÊU to call

KÊU   to call
KIẾM   to search, look for
KIẾN   ant
KIM   needle
KÌM   pliers, pincers
KỊP   to be in time
KÍ   to sign
KỸ CÀNG   to be thorough
KỸ SƯ   engineer
KHÁT   to be thirsty
KHAY   tray
KHÁ   to be fair, to be pretty good
KHÁC   to be different, distinct
KHÁCH   guest
KHÁCH HÀNG   customer
KHÁCH SẠN   hotel
KHAI   to declare, state
KHÁM   to search, examine, inspect
KHÁM PHÁ   discover
KHĂN   towel, napkin, scarf
KHĂN ĂN   napkin
KHĂN BÀN   table cloth
KHĂN TẮM   bath towel
KHẮP NƠI   everywhere
KHEN   praise, congratulate, compliment
KHÉO   to be skillful, clever
KHI   time, moment
KHÍ GIỚI   arms, weapons
KHÍ HẬU   climate
KHIÊNG   to carry (in the manner of carrying a heavy crate, for example)

L

LA   to shout, yell; to scold
LÁ   leaf
LÀ   to be
LẠ   to be strange, unusual, new
LẠC   to be lost, go astray, lose one's way
LẠC QUAN   to be optimistic
LẠCH   canal, waterway
LÁI   to drive, pilot
LẠI   to go, come
LÀM   to do, make
LÀM ĂN   to make a living
LÀM BIẾNG   to be lazy
LÀM ƠN   to do a favor
LÀM VIỆC   to work
LẠM PHÁT   inflation
LÀNG   village
LÀNH   to be good, healthy
LÃNH   to draw a salary
LÃNH ĐẠO   to lead
LẠNH   to be cold
LÃO LUYỆN   to be experienced
LÁT   slice
LAU   to wipe
LĂN   to roll
LĂN TAY   to take fingerprints
LẦM   to be wrong, mistaken
LẬP   to establish, set up
LÂU   to be long (of time)
LÂU NGÀY   for a long time
LÂY   to be contagious
LẤY   to take; to seize
LẤY CHỒNG   to get married (of a woman)

LẤY VỢ to get married (of a man)

LEO to climb

LỀ ĐƯỜNG sidewalk, roadside

LỄ ceremony, festival, rite

LỄ PHÉP politeness

LÊN to go up, ascend

LÊN ĐƯỜNG to set out (on a trip)

LỆNH order, command

LỀU tent, hut

LỊCH calendar

LỊCH SỰ courtesy

LIÊN LẠC contact, liaison

LÍNH soldier

LO to worry, be concerned

LOẠI kind, type, species

LỎNG to be loose

LỖ hole

LỖI mistake

LỘI to wade, swim

LỘN to be mistaken

LÔNG hair, fur

LỚN to be big

LỚP grade, class

LÚA rice (the plant and the grain)

LUẬT law

LUẬT SƯ lawyer

LÚC moment, instant

LÙI to withdraw

LŨNG to be pierced, perforated

LỬA fire

LỰA to select, choose

LƯNG back (of body)

LƯỢC comb

LƯỚI net

LƯỠI tongue

LƯỢM to pick up, to collect

LƯƠNG salary, wages

LƯU Ý to pay attention

LY glass

LÝ DO reason, cause

M

MA ghost

MÁ cheek

MẠCH pulse

MAI tomorrow

MÀN curtain

MANG to bring, carry; to wear

MẠNH to be strong

MÁT to be nice and cool

MAU to be quick, fast

MÁU blood

MAY to sew

MAY to be lucky

MÁY machine, motor, engine

MÁY BAY airplane

MÁY ĐÁNH CHỮ typewriter

MÁY CỘNG adding machine

MÁY GHI ÂM tape recorder

MÁY HÁT record player

MÁY HÚT BỤI vacuum cleaner

MÁY LẠNH air-conditioner

MÁY MAY sewing machine

MẮC CỞ to be shy

MẶC to wear, put on (of clothing)

MẶN to be salty

MĂNG bamboo shoot

MẮT eye

MẶT face, surface

MẶT TRĂNG the moon

MẶT TRỜI the sun

MẬP to be fat

MẤT to lose

MẬT ONG honey

MÂY cloud

MÈ sesame

ME mother

MÈO cat

MỀM to be soft, tender

MỀN blanket

MỆT to be tired

MÌ noddles

MÍA sugar cane

MIỄN to exempt

MIẾNG piece, morsel

MIỆNG mouth

MÓN dish (on a menu)

MONG to expect, hope

MÓNG TAY fingernails

MỎNG to be thin

MỐT the day after tomorrow

MỞ to open

MỠ fat, grease

MỚI to be new

MỜI to invite

MÙ MẮT to be blind

MUA to buy

MÙA season

MÙA ĐÔNG winter

MÙA HÈ summer

MÙA THU autumn, fall

MÙA XUÂN spring

MÙI smell, odor

MŨI nose

MUỐI salt

MUỖI mosquito

MUỐN to want to, desire

MUỖNG spoon

MƯA to rain

MƯA GIÔNG thunder shower

MỬA to vomit

MỰC ink

MỪNG to be glad

MƯỚN to hire, rent

MƯỢN to borrow

N

NĂM year

NẰM to lie down

NẮNG sunshine

NẶNG to be heavy

NẮP lid, cover

NẤU to cook, boil

NẾP glutinous rice

NO to be full (after eating)

NÓI talk, speak

NÓI CHƠI to kid

NÓI LÁO to lie

NÓN hat

NÓN LÁ conical straw hat

NÓNG to be hot

NỔ to explode

NỐI to connect

NÔNG GIA farmer

NỢ   debt
NÚI   mountain
NUÔI   to rear, raise
NUỐT   to swallow
NỬA   a half
NỬA GIỜ   half-hour
NƯỚC   water
NƯỚC   country, nation
NƯỚC CAM   orange juice
NƯỚC ĐÁ   ice
NƯỚC LẠNH   plain, unheated water
NƯỚC TIỂU   urine
NƯỚNG   to roast, to broil

NG

NGÀN   thousand
NGÀNH   branch (of study)
NGAY   to be straight
NGÀY   day
NGÀY MAI   tomorrow
NGÀY NAY   nowadays
NGÀY SANH   date of birth
NGẮN   to be short
NGÂN HÀNG   bank
NGHE   to hear, listen
NGHÈO   to be poor
NGHỀ   profession, occupation
NGHI NGỜ   to suspect
NGHỈ   to rest, take a break, be off work
NGHĨ   to think
NGHĨA   meaning, sense
NGOÀI   outside
NGOẠI QUỐC   foreign country

NGOAN   to be well-behaved
NGON   to be tasty
NGÓN TAY   finger
NGỌT   to be sweet-tasting
NGỒI   to sit
NGỒI DẬY   to sit up
NGU   to be stupid
NGỦ   to sleep
NGỦ QUÊN   to oversleep
NGUY HIỂM   to be dangerous
NGỰC   chest
NGỬI   to sniff, smell
NGỪNG   to stop
NGƯỜI   person

NH

NHA SĨ   dentist
NHÀ   house
NHÀ BĂNG   bank
NHÀ BÁO   journalist
NHÀ GA   railroad station
NHÀ MÁY   factory
NHÀ THỜ   church
NHÀ THƯƠNG   hospital
NHẠC   music
NHAI   to chew
NHẢY   to jump
NHẮC   to remind
NHẮC LẠI   to repeat
NHẮM   to close (of eyes)
NHĂN   to be wrinkled
NHẮN   to send word (through someone)
NHÂN VIÊN   member; staff; personel
NHẪN   (finger) ring

NHẬN   to receive. accept

NHIỀU   to be much, to have much, many

NHÌN   to look at

NHO TƯƠI   grapes

NHO KHÔ   raisins

NHỎ   to be small

NHÓM   group

NHỔ   to spit

NHỔ   to pull up (of weeds, plants, etc.,.)

NHỚ   to remember

NHỜ   to rely on, to be owing to

NHỚP NHÚA   to be dirty

NHÚC NHÍCH   to move, budge

NHÚNG   to dip (something in a liquid)

NHƯ   to be like, similar to

NHỨC ĐẦU   to have a headache

NHƯNG   but

NHƯỜNG   to yield

O

OAI   to have authoritative manners (of a person)

OAN   to be punished unjustly

OÁN   to blame; bear a grudge against

ÓC   brain

ONG   bee

ÓNG ÁNH   to be shiny, glossy

Ô

ÔM   to hug

ÔN LẠI   to review (of lessons)

ÔNG   gentleman

ỐNG   tube, pipe

ỐNG DIẾU   pipe (for smoking)

ỐNG QUẦN   leg (of trousers)

Ơ

Ở   to be located at, in, on; to live at

Ở LẠI   to stay over

ƠN   favor

ỚT   red pepper

P

PHA   to mix, brew

PHA TRÀ   to make tea

PHA RƯỢU   to mix drinks

PHÁ   to disturb; to destroy

PHẢI   to be right, correct

PHẢN ĐỐI   to protest; to object

PHẠT   to punish

PHẨM CHẤT   quality

PHÂN BIỆT   to distinguish

PHẦN   part, portion

PHÉP   permission

PHÍ   to waste

PHÍ TỔN   expenses

PHIÊN   turn

PHIỀN   to bother, annoy, disturb

PHIM   film

PHỒNG (BỒNG)   to have a blister (from fire or boiling water)

PHỞ Vietnamese noodle soup
PHỦ to cover, wrap, shroud
PHỤ to assist, help
PHỤC to admire
PHÚT minute
PHƯƠNG PHÁP method
PHƯƠNG TIỆN ways, means
PHƯƠNG HƯỚNG direction
  (on a compass)

Q

QUA to cross over
QUÁ to go beyond, exceed
QUÁ KHỨ the past
QUẢ fruit
QUAI handle; strap
QUAN SÁT to observe, inspect
QUẢN TRỊ to administer,
  manage
QUẢNG CÁO to advertize
QUẠT to fan
QUAY to turn, rotate
QUÂN troops
QUÂN ĐỘI the army
QUÂN NHÂN serviceman
QUÂN SỰ military
QUẦN pants, trousers
QUẦN ÁO clothes, clothing
QUE stick
QUEN to know, be acquainted
  with, be accustomed to
QUẸO to turn
QUÉT to sweep
QUÊN to forget
QUÍ to be precious

QUÍT tangerine
QUỐC GIA nation, country
QUỐC TẾ to be international
QUỐC TỊCH nationality
QUYÊN TIỀN to solicit money (as
  contribution to a cause)
QUYỀN power, authority
QUYỀN LỢI interests, benefits

R

RA to exit, go out
RA LỆNH to give, issue an order
RÁC garbage, litter, trash
RÁCH to be torn (of clothes)
RẢNH to be free, unoccupied
RÀO to enclose with a fence
RẠP HÁT theater
RẠP HÁT BÓNG movie theater
RAU (leafy) vegetables
RAU CẦN celery
RAU CẢI mustard green
RAU THƠM mint
RẮC RỐI to be complicated
RĂNG tooth
RẤT very
RÂU beard, mustache
RẺ to be cheap
RẼ to turn, to part
RÉT (lạnh) to be cold
RỄ root
RÊN to moan, groan
RIÊNG to be apart, separate
RÕ RÀNG to be clear
RỐI to be tangled, mixed up

RỒI   to be done, completed

RỘNG RÃI   to be wide, spacious

RƠI (rớt)   to fall, drop

RỜI   to be detached from;
  to leave

RỦI   to be unlucky

RỦ   to ask (someone to join
  in doing something)

RUN   to shake, tremble, quiver

RUỒI   housefly, fly

RUỘNG   cultivated field

RUỘT   intestines, bowels

RÚT   to pull

RÚT LUI   to withdraw

RỬA   to wash

RỪNG   forest, jungle

RƯỚC (đón)   to meet (on arrival)

RƯƠNG   trunk, foot locker

RƯỢU   alcoholic beverage

RƯỢU BIA   beer

RƯỢU CHÁT   wine

RƯỢU MẠNH   liquor

S

SÁCH   book

SẠCH   to be clean

SAI   to be incorrect, wrong

SẢN XUẤT   to produce

SANG   to cross over

SANG TRỌNG   to be wealthy
  and elegant

SÁNG   to be bright, well
  lighted

SÁNG   morning

SANH   to give birth; to be
  born

SAO   star

SAU   behind, after

SAY   to be drunk

SẴN LÒNG   to be willing

SẴN SÀNG   to be ready

SẮP   to arrange, put in order

SẮP   to be about to

SẮP HÀNG   to line up

SÂN   yard, field

SÂN KHẤU   stage (in theater)

SẬP   to collapse

SÂU   worm

SÂU   to be deep

SẤY   to dry (over a fire)

SẸO   scar

SÉT   thunderbolt

SĨ QUAN   military officer

SIÊNG   to be industrious,
  hard-working

SO SÁNH   to compare

SOẠN   to prepare

SÓNG   wave

SỌT RÁC   wastebasket

SỐ   number, figure, digit

SỐ NHÀ   house number

SỔ   notebook, register

SỔ MŨI   to have a runny nose

SÔI   to boil

SÔNG   river

SỐNG   to live; to be living, alive

SỐNG   to be raw (of meats); to be
  green (of fruits)

SỐT   to be feverish

SƠ-MI   shirt

108

SƠ Ý   to be inadvertent
SỞ   office, bureau
SỢ   to fear, be afraid
SỚM   to be early
SƠN   to paint
SỜN   to be frayed, thread-bare
SÚNG   gun
SUỐI   stream
SUỐT NGÀY   all day long
SỤT   to drop, go down
SỤT CÂN   to lose weight
SỤT GIÁ   to go down in prices
SUY NGHĨ   to think
SỬA   to repair, fix
SỮA   milk
SỨC   force, strength, power

T

TAI   ear
TAI NẠN   accident
TÀI   talent
TÀI SẢN   riches,wealth,
  property
TẠI   because
TAN   to dissolve, melt
TÁN THÀNH   to be in favor of
TẠO   to create, make
TẠP CHÍ   review, magazine,
  journal
TÀU   ship, boat
TAY   hand, arm
TAY ÁO   sleeve
TĂM   toothpick
TẮM   to bathe
TĂNG   to increase, raise

TẶNG   to give (a present)
TẮT   to be extinguished
TÂM LÝ   psychology
TÂN TIẾN   to be modern, advanced
TẤN   metric ton
TẬN TÂM   to be dedicated, devoted
TẦNG   story (of a building)
TẬP   to practice, drill
TẤT CẢ   all, the whole
TÂY   west
TEM   postage stamp
TÊN   name
TẾT   Vietnamese Lunar New Year
TỈ   billion
TIỆC   banquet
TIỆM   store, shop
TIỆM   restaurant
TIẾN   to move forward
TIẾN BỘ   to improve, make progress
TIỀN   money, currency, cash
TIỆN   to be convenient
TIẾNG   noise, voice; reputation
TIẾP   to receive (visitors)
TIẾP TỤC   to continue
TIÊU   to spend (money); to digest
  (food)
TIÊU   black pepper
TIỂU HỌC   elementary education
TIM   heart
TIN   news
TIN   to trust, believe
TÍNH   to calculate, compute
TÌNH   feeling, sentiment; love,
  affection
TÌNH CẢNH   situation, plight

TÌNH NGUYỆN to volunteer

TỈNH province (a Vietnamese
  administrative unit)

TỈNH to regain consciousness

TO to be large, big

TỎ VẺ to appear, seem

TÒA ÁN court of law

TOÁN HỌC mathematics

TÓC hair (on head)

TÔ (large) bowl

TỔ CHỨC to organize

TÔI I, me

TỐI to be dark, obscure

TỘI crime, offense, sin, guilt

TỔN THẤT loss, damage

TỐT to be good

TÙ NHÂN prisoner

TỦ cabinet, chest, closet

TỦ LẠNH refrigerator

TỦ SÁCH bookcase

TUẦN week

TÚI pocket, purse, pouch

TUỔI age

TÙY THUỘC to depend on

TUYÊN BỐ to declare, state

TUYỂN to recruit

TUYẾT snow

TƯ to be private

TỪ GIÃ to leave, take leave

TỰ DO freedom

TỰ ĐIỂN dictionary

TỰ ĐỘNG to be automatic

TỰ NHIÊN to be natural

TƯƠI to be fresh (of food)

TƯỚI to water (plants)

TƯƠNG ĐỐI to be relative

TƯỜNG wall

TƯỞNG TƯỢNG to imagine

TỶ SỐ proportion, ratio

TH

THA to forgive, pardon

THẢ to release, to turn loose,
  to drop

THÁCH to challenge, dare

THÁI ĐỘ attitude, air, manner

THÁI to slice

THẢI to discard

THAM GIA to participate in, to
  take part in

THAM DỰ to attend (a meeting)

THAM NHŨNG corruption, graft

THAM to be greedy

THAN to lament, complain

THAN coal

THAN PHIỀN to complain

THÁN PHỤC to admire

THANG staircase, ladder

THÁNG month

THANH NIÊN youth, the young

THANH TOÁN to clear up (accounts)

THÁNH saint, sage

THÁNH GIÁ crucifix, the holy cross

THÀNH CÔNG to succeed, success

THÀNH KIẾN prejudice, preconceived
  idea

THÀNH LẬP to form, set up,

THÀNH PHẦN component, constituent

THÀNH PHỐ city, town

THÀNH THẬT to be sincere,
  honest

THÀNH TÍCH record,
  accomplishment

THẢO LUẬN to discuss, debate

THẠO to be expert at

THAY to change (clothes,
  tools ...)

THAY ĐỔI to change, be
  changed

THAY MẶT to represent
  (someone), to stand in for

THAY THẾ to replace,
  substitute

THAY VÌ instead of

THẮC MẮC to be worried,
  anxious

THĂM to visit

THĂNG BẰNG balance,
  equilibrum

THẮNG to win

THẮNG to brake

THẮNG LỢI victory, success

THẲNG THẮN to be straight;
  to be honest

THẮP to light (a lamp, a
  torch ...)

THÂM THÚY to be profound and
  subtle

THẤM to soak, absorb

THÂN body, trunk

THÂN MẬT to be close, intimate

THÂN THÍCH relatives

THÂN THIỆN to be friendly,
  cordial

THÂN YÊU to be beloved

THẦN deity, divine, spirit

THẬN TRỌNG to be cautious

THẤP to be low

THẤT BẠI to fail, lose; failure

THẬT to be real, true, genuine

THẤY to see, perceive

THẦY teacher

THÈM to crave for, to desire

THẸN to feel ashamed; shy

THEO to follow

THÉP steel

THẾ to substitute

THẾ GIỚI the world

THẾ HỆ generation

THẾ KỶ century

THẾ LỰC power, influence

THỀ to swear, pledge

THỂ THAO sport

THÊM to add

THI to take an examination, test

THI HÀNH to carry out, implement

THÍCH to like, to be fond of

THÍCH ĐÁNG to be appropriate,
  fitting, suitable

THIÊN ĐÀNG paradise

THIÊN TÀI genius

THIÊN THẦN angel

THIÊN VỊ to be partial

THIỆN CẢM sympathy

THIỆN CHÍ goodwill

THIỆP card

THIỆP MỜI invitation card

THIỆT THÒI to lose, to suffer loss,
  damage

THIẾU to lack, be short

THIẾU NIÊN young man

THIẾU NỮ young girl
THIỂU SỐ minority
THÍNH GIẢ listener
THỊNH HÀNH to be popular
THỊNH VƯỢNG to be prosperous
THỊT flesh, meat
THỊT QUAY roast pork
THỎA MÃN to be satisfied
THOÁNG to be well-aired
THOÁNG KHÍ to be well-ventilated
THOÁT to escape
THÓI QUEN habit
THONG DONG to be leisurely
THÔ coarse, crude
THÔ SƠ to be rudimentary
THÔ TỤC to be obscene, vulgar
THỔ NGỮ dialect
THỔ SẢN local product, local produce
THÔI to cease, to stop, quit
THỐI stink
THỐI to give back the change or to change
THỔI to blow
THÔN QUÊ countryside
THÔNG CẢM to understand
THÔNG DỊCH VIÊN translator
THÔNG DỤNG to be commonly used
THÔNG HÀNH passport
THÔNG LUẬN encyclopedia
THÔNG MINH intelligent
THÔNG NGÔN interpreter
THÔNG THẠO to be expert
THÔNG THƯỜNG to be common

THỐNG KÊ statistics
THỐNG NHẤT unification
THƠ poetry
THƠ (THƯ) letters, correspondence
THỜ to worship, venerate
THỞ to breathe
THỢ artisan, worker, craftsman
THỜI time
THỜI ĐẠI era, age, times
THỜI GIAN period of time
THƠM to be fragrant
THƠM (DỨA) pineapple
THỚT chopping board
THU to collect, receive (money); autumn
THU HỒI to recover, take back
THU NHẬN accept, admit
THÚ beast, animal
THÚ TỘI to confess, to admit guilt
THÙ to resent, hate
THÙ LAO remuneration
THỦ ĐÔ capital city
THỦ TƯỚNG prime minister
THỤ ĐỘNG to be passive
THUA to lose (games, war...)
THUẬN Ý to consent
THUÊ to rent, hire
THUẾ taxes
THÙNG large container
THỦNG to be perforated
THUỐC medicine, drug
THUỐC ĐỘC poison
THUỐC LÁ tobacco; cigarettes
THUỐC MÊ anesthetic

THUỐC NỔ explosive
THUỐC TÊ local anesthetic
THUỘC ĐỊA colony
THUYỀN boat, sampan
THUYẾT doctrine, theory
THƯ VIỆN library
THỨ BẬC rank, status, order
THỬ to try, test, sample
THỪA to be in surplus
THỨC to stay awake
THỨC ĂN dish (of food)
THỰC HÀNH to put to practice
THỰC SỰ to be true, real
THƯỚC meter
THƯƠNG GIA businessman, trader
THƯƠNG HẠI to feel sorry for
THƯƠNG MẠI commerce, trade
THƯƠNG THUYẾT to negotiate
THƯƠNG YÊU to love
THƯỜNG to be ordinary, usual, regular, normal
THƯỜNG XUYÊN to be permanent
THƯỞNG reward, award
THƯỢNG HẠNG first class

TR

TRA to look up (a word in a dictionary)
TRÀ tea
TRẢ to return
TRẢ GIÁ to bargain
TRẢ LỜI to reply, answer
TRẢ THÙ to avenge
TRẢ TIỀN to pay

TRÁCH to blame, reproach
TRÁCH NHIỆM responsibility
TRAI boy, male
TRÁI to be contrary to; to be of or on the left
TRÁI CÂY fruit
TRẠI camp; farm
TRẠM relay station, station
TRÁN forehead
TRÀN to overflow
TRANG page (of a book)
TRANH picture, painting
TRANH NHAU to compete with one another
TRANH ĐẤU to struggle
TRÁNH to avoid, shun
TRAO ĐỔI to exchange
TRẮC NGHIỆM to test, experiment
TRĂNG the moon
TRẮNG to be white
TRẮNG ÁN to be acquitted
TRẦN NHÀ ceiling
TRẬT level, grade
TRÂU water buffalo
TRÂU BÒ livestock, cattle
TRE bamboo
TRẺ to be young
TREO to hang, suspend
TRÈO to climb
TRỄ to be late
TRÊN above, on, upon, over
TRÍ ÓC mind, brain
TRÍ NHỚ memory
TRÍCH to extract, excerpt
TRIỂN HẠN to extend (a deadline)

TRIỆU million
TRIỆU CHỨNG symptoms
TRÌNH to report
TRO ashes, cinders
TRÒN to be round
TRONG inside
TRỌNG LƯỢNG weight
TRÔI to drift
TRỐN to flee, escape
TRỘN to mix
TRÔNG to look
TRỐNG to be vacant, empty
TRỒNG to plant
TRỞ LẠI to return, go back, come back
TRỞ NGẠI obstacle
TRỞ THÀNH to become
TRỜI sky; heaven; weather
TRÚ NGỤ to reside
TRUNG BÌNH average
TRUNG HỌC secondary education, high school education
TRUNG LẬP to be neutral
TRUNG TÂM center
TRÙNG VỚI to coincide with
TRUY TỐ to prosecute
TRUYỀN to transmit, communicate
TRUYỆN tale, story
TRỪ to substract, deduct
TRƯA noontime
TRỰC THĂNG helicopter
TRỰC TIẾP to be direct, immediate
TRỨNG egg
TRỪNG TRỊ to punish
TRƯỚC before, in front of

TRƯỚC TIÊN first of all
TRƯỜNG HỌC school
TRƯỜNG ĐUA race track
TRƯỢT to slip, skid
TRƯỢT TUYẾT to ski

U

Ú Ớ to speak incoherently
ỦA to be wilted, turn yellow (of leaves)
UẤT ỨC to be indignant (because of an injustice)
UNG DUNG to be relaxed
UNG THƯ cancer
UỐN to bend
UỐN TÓC to curl (hair)
UỔNG CÔNG waste of labor
UỔNG TIỀN waste of money
ÚP LẠI turn over, turn face down
UY TÍN prestige
ỦY BAN committee, commission
ỦY QUYỀN to give to some one power of attorney
ỦY VIÊN committee member
ƯA THÍCH to like, to be fond of
ỰA to burp
ỨC to be indignant (because of injustice)
ƯNG Ý to consent, agree
ƯỚC AO to wish for, to dream of
ƯỜN to be spoiled (of fish)
ƯỚP to preserve (meat, fish ...), to marinate
ƯỚT to be wet
ƯU SẦU to be sad, sorrowful
ƯU TÚ to be outstanding, brilliant

U ẤM   to be overcast, dark,

V

VA CHẠM   to bump into, to
   collide against

VA-LI   suitcase

VÁ   to mend (of clothes)

VÁ   ladle

VÀ   and

VÁC   to carry (on the shoulder)

VÁCH TƯỜNG   wall partition

VAI   shoulder

VAI TRÒ   role, part

VÀI   a few, some

VẢI   cloth, fabric

VÁN   plank, board

VÀNG   gold; yellow

VANG DỘI   to resound, ring

VÀNH   border, rim

VÀO   to enter

VAY   to borrow (money)

VĂN CHƯƠNG   literature

VĂN HÓA   culture

VĂN PHÒNG   office

VĂN SĨ   writer, author

VẶN   to wring, turn, twist

VẮNG MẶT   to be absent

VẮNG VẺ   to be deserted

VẮT   to wring (of wet clothes),
   to squeeze (of juicy fruit)

VẤN ĐỀ   subject, topic, problem

VẬN ĐỘNG   to exercise, move;
   to campaign

VẬN MẠNG (MỆNH)   destiny,
   fate, lot

VÂNG LỜI   to obey

VẬT CHẤT   matter, material things

VẬT LIỆU   materials (for building
   construction)

VẺ   appearance, look

VẼ   to draw, sketch, paint

VẸO   to be distorted, crooked

VỀ   to return

VỆ SINH   hygiene

VẾT   spot, stain

VI PHẠM   to violate (agreement,
   law)

VÌ   because

VỊ   taste

VIỆC   work, task, business; thing
   matter

VIÊN   tablet, pill

VIỆN   institute, institution

VIỆN TRỢ   aid, assistance

VIẾT   to write

VIẾT CHÌ   pencil

VIẾT MÁY   fountain pen

VỊN VÀO   to hold on to

VĨNH VIỄN   to be eternal

VÒ   to crumple, rumple (of a piece
   of paper, cloth ...)

VỎ   shell, bark, skin

VOI   elephant

VỚI (VỜI)   to reach

VÒNG   circle, ring, hoop, bracelet

VÔ (VÀO)   to enter

VÔ CÙNG   to be endless

VÔ DANH   to be anonymous

VÔ ĐỊCH   to be a champion

VÔ HIỆU   to be ineffective

VÔ ÍCH   to be useless

VÔ KỂ   to be innumerable

VÔ LÝ to be absurd, impossible

VÔ PHÉP to be impolite

VÔ TÌNH to be unintentional, indifferent

VÔ TƯ to be impartial

VỖ TAY to clap one's hands, to applaude

VỘI VÀNG to be in a hurry

VỚ (TẤT) socks

VỠ to be broken (of china, glassware)

VỢ wife

VỚI together with

VỤ incident, scandal; harvest, crop, season

VUA king

VUI to be happy, joyful, merry

VÙNG area, region

VỤNG VỀ to be clumsy

VUÔNG to be square

VỪA to be moderate; to be just right

VỪA LÒNG to be pleased

VỮNG VÀNG stable, firm, steady

VƯỜN garden

VƯỜN HOA flower, garden

VƯỚNG VÍU to be entangled in, caught in, involved in

VƯỢT to overtake, overcome, surpass, exceed

VỨT (VẤT) to discard, throw away

X

XA to be far

XA HOA to be extravagant

XA LỘ highway

XÃ village, community

XÃ GIAO public relations

XÃ HỘI society

XÁC ĐÁNG to be exact, accurate

XÁC ĐỊNH to fix, define

XÁC NHẬN to acknowledge, confirm

XÁCH to carry (a briefcase)

XÀI to spend, use

XÁM grey

XANH blue

XANH LÁ CÂY green

XÀO to stir-fry (diced meat and vegetables)

XAY to grind, to mill

XÂU to be poorly made; to be unattactive, ugly

XÂY to build, construct, erect

XE vehicle

XE HƠI automobile

XE MÁY (XE ĐẠP) bicycle

XE MÁY DẦU motorcycle

XẺ to split, cut

XEM to look at, watch

XẸP to be flattened, deflated

XÉT to examine

XÉP to fold

XẾP ĐẠT to arrange, put in order

XÌ DẦU soy sauce

XỈA RĂNG to pick (one's teeth)

XIÊN to be slanting

XIÊU to be leaning

XIN to beg for, ask for, request

XIN LỖI to apologize

XIN PHÉP to ask permission

XỊT to escape, leak (of gas, liquid under pressure); to spray

XOÁ to erase, annul, cross out

XOÀNG to be mediocre

XOAY to turn, rotate

XÓM hamlet, neighborhood

XONG to finish, to be finished, completed

XUÂN springtime

XUẤT BẢN to publish

XUẤT CẢNG to export

XUẤT CHÚNG to be outstanding

XUẤT HIỆN to appear

XUI XẺO to be unlucky

XUNG QUANH around

XUỐNG to go down, come down

XỨ region; country

XỬ to sit as judge; to rule (of judges)

XỬ TỬ to sentence to death

XỨNG ĐÁNG to be worthy, deserving

XƯƠNG bone

XƯỚNG NGÔN VIÊN (radio or TV) announcer

XƯỞNG plant, factory

Y

Y KHOA medicine (as a field of study)

Y PHỤC clothes, uniform

Y SĨ physician, doctor

Y TÁ nurse

Y TẾ public health

Ý idea; intention; opinion

Ý ĐỊNH intention

Ý KIẾN opinion, viewpoint

Ý LẠI to rely (on another person to do the work which one should do oneself)

YỂM TRỢ to support

YÊN to be calm, peaceful, quiet

YÊN TÂM to have peace of mind, feel assured

YÊN TĨNH to be quiet, calm

YÊU to love, cherish

YÊU CẦU to request

YÊU SÁCH demands, conditions

YẾU to be weak

YẾU ỚT to be weak, feeble

YẾU TỐ factor, element

U S E F U L   W O R D L I S T

English - Vietnamese

A

ABLE có khả năng

ABOVE trên

ABSENT vắng mặt

ACCOUNT trương mục

ACCEPT chấp nhận

ACCOUNTANT kế toán viên

ACCIDENT tai nạn

ACQUAINT làm quen

ACROSS ngang qua

ACT hành động

ACTION hành động

ADD cộng, thêm

ADDRESS địa chỉ

ADJUST (thay đổi cho phù hợp; ứng biến)

ADVANTAGE lợi

ADVERTIZE quảng cáo

ADVISE khuyên, cố vấn

ADVICE khuyên nhủ; lời khuyên

AFRAID sợ

AFTER sau

AFTERNOON buổi chiều

AGAIN ... lại

AGENCY cơ quan

AGREE đồng ý

AID trợ giúp

AIR không khí

AIR-CONDITIONING điều hoà không khí

AIR FORCE không quân

AIR LETTER (thơ gởi hàng không)

AIRLINE công ty hàng không

AIRPORT phi trường

AISLE (lối đi, hai bên là ghế ngồi)

ALONE một mình

ALTHOUGH mặc dầu

ALWAYS mãi mãi, luôn luôn

AMOUNT số lượng

ANIMAL thú vật

ANOTHER một ... nữa

ALIEN ngoại kiều

ALL tất cả

ALOUD lớn tiếng

ALTERATION (sửa kích tấc quần áo)

AMERICAN người Mỹ, Mỹ

AMBULANCE xe hồng thập tự

AND và

ANGRY giận dữ

ANSWER trả lời

ANYBODY bất cứ ai

ANYWHERE bất cứ ở đâu

ANXIOUS lo ngại

APARTMENT (đơn vị gia cư trong một cư xá)

APOLOGIZE xin lỗi

APPEAR xuất hiện

APPETITE (ăn ngon miệng)

APPLE bom, táo

APPOINTMENT (giờ hẹn gặp)

APPLY làm thủ tục xin

APPRECIATE biết ơn; biết trị giá

APPROVE   chấp thuận

APRIL   tháng tư

ARCHITECT   kiến trúc sư

AREA   vùng, khu vực

ARM   cánh tay

ARM CHAIR   ghế phô tơi; ghế bành

ARMY   quân đội

AROUND   xung quanh

ARRIVAL   giờ đến

ARRIVE   tới, đến

ASTHMA   suyễn

ARTHRITIS   đau khớp xương

ARREST   bắt bớ

ASK   hỏi

ASPARAGUS   măng tây

ASSIGNMENT   (công việc giao phó
    cho một người nào)

ASSISTANT   phụ tá

ATHLETIC FIELD   sân vận động

ATTACK   đánh, tấn công

ATTEND   tham dự

ATTENTION   sự lưu ý

ATTIC   (rầm thượng, gác xép,
    khoảng trống dưới mái nhà)

AUGUST   tháng tám

AUNT   cô; dì; bác gái

AUTOMATIC   tự động

AUTO MECHANIC   thợ máy xe hơi

AUTOMOBILE   xe hơi

AUTUMN   mùa thu

AWAKE   tỉnh táo

BABYSITTER   người giữ em

BACK   lưng; phía đằng sau

BACKYARD   sân sau

BAD   xấu, dở

BAG   cái bị, bao, túi

BAGGAGE   hành lý

BAKER   thợ làm bánh

BALL   banh, quả bóng

BALLOON   bong bóng

BAMBOO SHOOT   măng tre

BANANA   chuối

BANK   ngân hàng, nhà băng

BARBER   thợ hớt tóc

BARGAIN   (đồ vật mua được với giá rẻ)

BARTENDER   người pha rượu

BASE   căn bản; căn cứ

BASEMENT   (tầng nhà ở dưới mặt đất)

BATHROBE   (áo choàng, mặc sau khi
    tắm)

BATHROOM   phòng tắm

BATH SOAP   xà bông thơm

BATH TOWEL   khăn tắm

BEAN SPROUT   giá (từ hạt đậu xanh
    mọc mầm ra)

BEAT   đập, đánh

BEAUTIFUL   đẹp

BEAUTY   sắc đẹp, nhan sắc

BED   giường

BEDROOM   phòng ngủ

BEDSPREAD   khăn phủ giường

BEEF   thịt bò

BEET   củ cải đường

BEFORE   trước

BEHIND đằng sau

BELIEVE tin tưởng

BELONG TO thuộc quyền sở hữu của

BELOW ở dưới

BELT giây nịt

BELTWAY (xa lộ vòng đai quanh thành phố)

BERMUDA SHORTS quần đùi

BENEFIT (quyền lợi của nhân công, ngoài tiền lương)

BEST tốt nhất

BETWEEN (khoảng ở giữa hai vật gì, hai người)

BEWARE coi chừng

BICYCLE xe máy, xe đạp

BIRD chim

BIRTH sanh đẻ

BITE cắn

BITTER đắng

BITTER MELON mướp đắng, khổ qua

BLACK màu đen

BLACK PEPPER tiêu

BLACKSMITH thợ rèn

BLANKET chăn, mền

BLEED chảy máu

BLIND mù mắt

BLOOD máu

BLOUSE áo sơ mi phụ nữ

BLOW thổi

BOAT thuyền

BODY thân thể

BOLT đinh bù-lon

BONE xương

BLUE màu xanh da trời

BOOK sách

BOOKCASE tủ sách

BOOKBAG bót học trò, cặp học trò

BOOKBINDER thợ đóng sách

BOOKKEEPER (người giữ sổ sách chi thu)

BOOKSTORE tiệm sách

BOOTS (giày ủng, giày cao cổ, hia)

BORROW mượn

BOTH cả hai

BOTTLE chai

BOTTLE OPENER (cái mở nắp chai)

BOTTOM dưới đáy

BOULEVARD đai lộ

BOWL tô, bát

BOW TIE nơ cổ

BOX hộp

BOX SPRING nệm dưới

BRACELET vòng tay

BRAIN óc não

BRAVE gan dạ

BREAK bể; làm bể

BREAKFAST bữa ăn sáng

BREATHE thở

BRIDGE cầu

BRIEF ngắn ngủi

BRIGHT sáng lạng

BRING đem, mang theo

BROOM chổi quét nhà

BROWN màu nâu

BRUSH bàn chải

BUFFET tủ chén dĩa

BUILDING cao ốc

BURN cháy; đốt cháy

BURY chôn

BUS xe buýt
BUS DRIVER tài xế xe buýt
BUS STATION bến xe đò
BUS STOP (trạm đợi xe buýt)
BUSINESS công việc
BUSY bận việc
BUTCHER người cắt, bán thịt
BUTTON nút áo
BUY mua
BULLET đạn súng nhỏ

C

CAB xe tắc xi
CAB DRIVER tài xế tắc xi
CABBAGE bắp cải
CAFETERIA (tiệm ăn, khách tự
    động bưng đồ ăn lấy ra bàn)
CALM bình tĩnh, bình thản

CALL gọi, kêu
CAMERA máy chụp hình, máy ảnh
CAN có thể, được
CAN OPENER khoá mở đồ hộp
CANTALOUPE dưa tây
CAP (mũ, nón nhỏ)
CAPITAL thủ đô; vốn
CAPTURE bắt, đánh chiếm
CAR xe hơi
CARD thẻ, tấm thiệp
CARDIOLOGIST bác sĩ bệnh tim
CAREFUL cẩn thận
CARE trông nom
CARELESS bất cẩn
CARPENTER thợ mộc
CARROT cà-rốt

CARRY đem, mang
CASE trường hợp
CASH tiền mặt
CASHIER thâu ngân viên
CAT mèo
CATTLE trâu bò
CAULIFLOWER bắp cải hoa, bông cải
CAUSE nguyên do
CELEBRATE ăn mừng
CENT xu
CENTER trung tâm
CENTURY thế kỷ
CEREMONY lễ
CHAIN giây xích
CHAIR ghế
CHALK phấn viết bảng
CHANCE cơ hội, dịp
CHANGE thay đổi
CHARGE trách vụ
CHAUFFEUR tài xế xe hơi
CHEAP rẻ
CHECK kiểm điểm
CHEERFUL vui vẻ
CHEMICAL chất hoá học
CHEST ngực
CHICKEN gà
CHILD con
CHILDREN trẻ con (số nhiều)
CHINATOWN phố Tàu
CHINESE CABBAGE cải bẹ trắng
CHINESE PARSLEY ngò
CHISEL cái đục
CHOPSTICKS đũa
CHOOSE lựa, chọn

CINNAMON quế

CIRCLE vòng tròn

CITIZEN công dân

CITIZENSHIP quốc tịch

CITRONELLA sả

CITY thành phố

CITY HALL toà thị trưởng

CIVILIAN thường dân

CLASSMATE bạn đồng lớp

CLASSROOM phòng học

CLEAN sạch sẽ

CLEAR rõ ràng; trong trẻo

CLERK thư ký văn phòng

CLERK-TYPIST thư ký đánh máy

CLIMB leo, trèo

CLOCK đồng hồ

CLOSE đóng kín

CLOTH vải (may quần áo)

CLOSET tủ treo quần áo

CLOTHING quần áo

CLOUD mây

COAL than (dùng để đốt)

COAST bờ biển

COAT áo ngoài

CODFISH cá thu

COFFEE cà phê

COFFEE POT bình cà phê

COFFEE TABLE (bàn thấp để tại
   phòng khách trong nhà)

COLD lạnh

COLLEGE đại học cấp I

COLOR màu sắc

COMB lược chải đầu

COME đến

COME BACK trở lại

COMMANDER chỉ huy trưởng

COMMITTEE ủy ban

COMMON thông thường; chung

COMMUNICATION giao thông; thông tin

COMPANY công ty; khách khứa

COMPETE cạnh tranh

COMPLAINT than phiền

COMPLETE hoàn tất; đầy đủ

CONCERT buổi hoà nhạc

CONDUCTOR nhạc trưởng; (người soát
   vé trên xe lửa)

CONGRATULATIONS lời khen, chúc tụng

CONGRESS quốc hội

CONSTITUTION hiến pháp

CONTINUE tiếp tục

CONTROL kiểm soát

COOK người nấu bếp

COOL mát

COOPERATE cộng tác

COPY ghi chép; bản sao

CORKSCREW cái mở nút chai

CORN bắp ngô

CORNER góc

CORRESPOND liên lạc bằng thơ

COST tốn phí

COTTON bông vải, cô-tông

COUGH ho

COUNTRY quốc gia; đồng quê

COURT tòa án

COURSE môn học; đường lối

COUSIN anh chị em họ

COVER đậy, trùm, bao phủ

COW bò cái

CRAB cua

CRASH sụp đổ, tan vỡ

CREATE sáng tạo

CRIME tội hình; vi phạm hình
   luật

CROSS thập giá

CROWD (đám đông người)

CRUEL tàn ác

CRUSH làm bẹp

CUCUMBER dưa leo, dưa chuột

 CUFF LINKS nút măng-sét

CUP tách, chén

CURRICULUM chương trình học

CURTAIN màn cửa

D

DAM đập nước

DAMAGE thiệt hại, hư hại

DANCE khiêu vũ; nhảy đầm

DANGER nguy hiểm

DARK đen tối

DATE ngày

DAUGHTER con gái

DAY ngày

DEAD chết

DEAF điếc

DEAL đối xử, đối phó

DECEMBER tháng mười hai

DECIDE quyết định

DEEP sâu

DEFEAT thất bại

DEFEND bảo vệ, bênh vực

DEGREE cấp bậc; bằng cấp

DELICATESSEN (tiệm nhỏ bán đồ
   ăn uống lặt vặt)

DELICIOUS ngon

DELIVERYMAN người đi giao hàng

DEMAND đòi hỏi

DEMOCRACY nền dân chủ

DENTIST nha sĩ

DEPARTMENT nha, sở, khu

DEPARTMENT STORE (nhà hàng lớn bán
   đủ loại vật dụng)

DEPARTURE giờ khởi hành

DEPEND tùy, tùy ở

DEPOSIT tiền cọc; tiền để vào trương
   mục

DESCRIPTION diễn tả

DESERT sa mạc

DESSERT đồ ăn tráng miệng

DESTROY phá hủy, phá hoại

DETERGENT thuốc tẩy

DETAIL chi tiết

DEVELOP phát triển

DIAPER tả con nít

DIARRHEA chứng đi tiêu chảy

DICTIONARY tự điển

DIFFERENT khác biệt

DIETICIAN (chuyên viên lo về phẩm
   chất thức ăn uống)

DIFFICULT khó khăn

DIG đào

DIME (đồng tiền 10 xu)

DINING CAR (toa ăn, trên xe lửa)

DINING ROOM phòng ăn

DINING TABLE bàn ăn

DINNER bữa ăn chiều

DIRECTORY niên giám; sổ chỉ dẫn

DIRTY dơ, bẩn

DISCOVER khám phá

DISCUSS bàn cãi

DISEASE bệnh

DISHES chén dĩa

DISH TOWEL khăn lau chén dĩã

DISHONEST xảo trá

DISINFECTANT thuốc sát trùng

DISTANCE khoảng cách

DISTRICT khu, quận

DIVE lặn dưới nước

DIVIDE chia, phân chia

DOCTOR bác sĩ

DOG chó

DOLLAR mỹ kim

DOOR cửa ra vào

DOUBLE gấp đôi

DOWN ở dưới

DOWNSTAIRS lầu dưới, nhà dưới

DOWNTOWN khu phố xá, khu phố buôn bán

DRAFTSMAN kỷ họa viên

DRAWER ngăn kéo

DREAM mộng ước, chiêm bao

DRESS áo đầm

DRESS FORM (hình nộm của thợ may)

DRESSER tủ quần áo

DRESSMAKER thợ may y phục phụ nữ

DRILL cái khoan; tập dượt

DRILL BIT mũi khoan

DRINK uống; đồ uống

DRIVE lái xe

DRIVE-IN MOVIE (nơi chiếu hát bóng ngoài trời)

DROP đánh rơi

DROWN chết đuối

DRUG thuốc

DRUGGIST dược sĩ

DRUG STORE (tiệm bán thuốc tây và nhiều loại đồ lặt vặt)

DRY khô

DRY-CLEAN giặt khô, giặt hơi, giặt hấp

DRYER máy sấy

DUCK vịt; thịt vịt

DULL buồn tẻ

DUMB ngu đần

DURING trong lúc, trong khi

DUST bụi bặm

E

EACH mỗi một

EAR tai

EARLY sớm

EARRINGS hoa tai, bông đeo tai

EARTH trái đất

EASY dễ

EAT ăn

ECONOMIST kinh tế gia

ECONOMY nền kinh tế

EDGE cạnh, ven

EDUCATE giáo dục

EGG trứng

EGGPLANT cà tím

ELECT bầu cử

ELECTRICIAN thợ điện

ELECTRICITY điện

ELEMENT chất; phần tử

ELEMENTARY SCHOOL trường tiểu học

EMERGENCY trường hợp khẩn cấp

EMOTION tình cảm
EMPLOYMENT OFFICE sở tìm việc
EMPTY trống
ENEMY kẻ thù
ENERGY năng lực
ENGINE động cơ
ENGINEER kỹ sư
ENGLISH tiếng Anh
ENOUGH đủ
ENROLL ghi tên
ENTRANCE lối vào
EQUAL bằng, ngang với
EQUIPMENT dụng cụ
ERASER cục tẩy
ESCAPE trốn thoát
EVENING buổi chiều
EVENT biến cố
EVERYDAY mỗi ngày
EXACT đúng
EXAMPLE thí dụ
EXCHANGE trao đổi
EXCUSE thứ lỗi
EXCITE kích thích
EXIT lối ra
EXPECT chờ đợi, trông đợi
EXPENSIVE mắc, đắt
EXPLODE bùng nổ
EXPLORE dò tìm
EXPRESSWAY xa lộ
EXTENSION CORD giây nối điện
EXTRA dư, thừa
EXTREME quá độ
EYE mắt

F

FABRIC hàng, vải
FACE mặt
FACT sự kiện
FACTORY xưởng, nhà máy
FAIL thất bại
FAIR công bằng
FALL ngã, té
FAMOUS nổi danh, có danh tiếng
FAR xa
FARM nông trại
FARMER nông gia
FAMILY gia đình
FARE tiền vé
FAST mau, nhanh
FAT béo, mập
FATHER cha
FATHER-IN-LAW cha chồng; cha vợ
FAUCET vòi vặn nước
FEAR sợ hải
FEATHER lông
FEBRUARY tháng hai
FEED cho ăn
FEEL cảm thấy
FEMALE thuộc về giống cái
FEVER sốt
FIELD đồng ruộng; lãnh vực
FIGHT đánh, tranh đấu
FIGURE con số
FILL làm cho đầy
FILM phim
FIND kiếm được
FINE hay, tốt, v.v...

FINGER ngón tay

FINISH hoàn tất, xong

FIRE lửa; hoả hoạn

FIRE ALARM (hệ thống báo hoả)

FIRE ESCAPE (lối ra khi có hoả hoạn)

FIREPLACE lò sưởi đốt củi

FIRM chắc chắn

FISH cá

FIT vừa vặn; thích hợp

FIVE AND TEN STORE (nhà hàng bán nhiều loại vật dụng giá bình dân)

FIX sửa chữa

FLAG lá cờ

FLASHLIGHT đèn bin

FLAT bằng phẳng

FLEA con rận

FLEE thoát chạy

FLIGHT chuyến máy bay

FLOAT (nổi lên mặt, không chìm xuống)

FLOOD lụt

FLOUR bột

FLOWER hoa

FLU bệnh cúm

FLUID chất lỏng

FLY bay

FOG sương mù

FOLLOW theo

FOOD thực phẩm

FOOL người khùng

FOOT (đơn vị chiều dài, bằng 0.30 thước)

FORCE sức lực

FOREMAN cai thợ

FORK nĩa

FORM hình thức

FRANK (có tánh nói thẳng)

FREEZE đông lại

FRIDAY ngày thứ sáu

FRIEND bạn

FRONT đằng trước

FRUIT trái cây

FRY chiên

FUEL nhiên liệu

FULL đầy, đầy đủ

FUN vui thích, thích thú

FUNNY buồn cười, tức cười

FURNITURE bàn ghế

FUSE cầu chì

FUTURE tương lai

G

GALLON (đơn vị thể tích, bằng 3 lít 78)

GAME trò chơi

GARAGE (tiệm sửa xe hơi; nhà đậu xe hơi)

GARBAGE rác

GARDEN vườn

GARLIC tỏi

GASOLINE xăng

GASOLINE STATION trạm xăng

GATE cửa ra vào

GENERAL tổng quát

GENEROUS (có lòng quảng đại)

GENTLE nhẹ nhàng, dịu dàng

GENTLEMAN ông

GET lấy; được

GIFT   quà biếu

GINGER   gừng

GIVE   cho

GLAD   vui mừng

GLASS   ly, cốc

GLASSES   kiếng đeo mắt

GLAZIER   thợ cửa kiếng

GLUE   keo, hồ

GLUTINOUS RICE   gạo nếp

GO   đi

GOAL   mục đích

GOD   trời, thượng đế

GOLD   vàng

GOOD   tốt

GOODWILL   thiện chí

GOODWILL INDUSTRIES STORE   (nhà
   hàng bán đồ cũ của tổ chức
   từ thiện Goodwill Industries)

GOURD   trái bầu

GOVERN   cai trị

GOVERNMENT   chánh phủ

GRADE   lớp; điểm cuối khoá học;
   hạng

GRADUATE   tốt nghiệp

GRAIN   lúa

GRANDCHILDREN   cháu nội (ngoại)

GRANDFATHER   ông nội, ngoại

GRANDMOTHER   bà nội, ngoại

GRANDPARENTS   ông bà nội, ngoại

GRAPE   nho tươi

GRAPEFRUIT   bưởi

GRASS   cỏ

GREEN   xanh lá cây

GREEN ONION   hành lá

GREEN PEPPER   ớt bí

GREY, GRAY   màu xám

GROCERY STORE   (tiệm bán đồ ăn)

GROUND   mặt đất; lý do

GROUP   nhóm, toán

GROW   mọc lên; phát triển

GUARD   canh giữ

GUILTY   có tội

GUN   súng

GYNECOLOGIST   (bác sĩ bệnh phụ nữ)

H

HAIR   tóc; lông

HAIRDRESSER   thợ uốn tóc

HALF   một nửa

HALF-BROTHER (em trai cùng cha khác
   mẹ hay cùng mẹ khác cha)

HALF-SISTER (chị,em gái cùng cha
   khác mẹ hay cùng mẹ khác cha)

HALL   lối đi trong nhà; diễn đường

HAM   thịt heo rằm-bông

HAMMER   búa

HAND   bàn tay

HANDKERCHIEF   khăn tay

HANG   treo

HAPPEN   xảy ra

HAPPY   sung sướng, hạnh phúc

HARD   khó; cứng

HARDWARE STORE   (tiệm tạp hoá bán
   đồ để sửa chữa lặt vặt trong nhà)

HAT   mũ, nón

HATE   ghét

HAVE   có

HEAD   đầu

HEADACHE   chứng nhức đầu

HEADQUARTERS   trụ sở

HEALTH sức khoẻ

HEAR nghe

HEART trái tim

HEAT nhiệt

HEAVY nặng

HELICOPTER máy bay trực thăng

HELP giúp đỡ

HIDE dấu diếm; trốn núp

HIGH cao

HIGHWAY xa lộ

HIGH SCHOOL trường trung học

HILL đồi

HISTORY lịch sử

HIT đụng, chạm

HOLD cầm, nắm, giữ

HOLE lỗ

HOLIDAY ngày lễ

HOME nhà

HOMEWORK (bài cho học trò làm ở nhà)

HONEST ngay thật

HONEYDEW dưa gang, dưa xanh

HORSE ngựa

HOSPITAL bệnh viện

HOT nóng

HOTEL khách sạn

HOUR giờ

HOUSE cái nhà

HOUSECOAT (áo phụ nữ mặc ở nhà)

HOUSEKEEPER (người trông nom nhà cửa)

HOUSEWORK (công việc lặt vặt trong nhà)

HUGE lớn

HUMOR hài hước

HUNGER cơn đói, nạn đói

HUNGRY đói

HUNT săn bắn

HURRY vội vàng, gấp gáp

HURT bị thương tích

HUSBAND chồng

I

ICE nước đá

ICE CREAM cà-rem

IDEA ý kiến

IDENTIFICATION căn cước

IMMIGRANT người di trú

IMPATIENT (thiếu nhẫn nại)

IMPOLITE vô lễ, vô phép

IMPORTANT quan trọng

IMPROVE cải tiến

INCH (đơn vị chiều dài, 25,4 ly)

INCLUDE bao gồm

INDEPENDENCE độc lập

INDUSTRY kỹ nghệ

INFORMATION thông tin; tin

INJURE gây thương tích

INK mực

INSECT sâu bọ

INSPECT thị sát, xét

INSTRUCTIONS lời dặn, lời chỉ dẫn

INSURANCE bảo hiểm

INTELLIGENT thông minh

INTERFERE làm trở ngại

INTERNATIONAL quốc tế

INTEREST lợi tức; sở thích

INTERPRETER thông ngôn

INTERVIEW phỏng vấn

INVENT phát minh
INVESTIGATE điều tra
INVITE mời
IRON ủi, là quần áo
ISLAND hòn đảo
ITEM (một đơn vị hàng hoá,
    đồ vật; v.v...)

J

JACKET áo ngoài
JAIL lao tù, khám đường
JANITOR (người phu quét dọn,
    trông nom các cao ốc)
JANUARY tháng giêng
JAR cái lọ, cái chum
JEANS (một loại quần dài
    vải dày)
JELLO (một loại đồng sương)
JEWELRY đồ nữ trang
JOB công việc
JOIN nối tiếp
JOKE nói đùa; chuyện vui, cười
JUDGE thẩm phán
JUICE nước trái cây
JULY tháng bảy
JUMP nhảy
JUNE tháng sáu
JUNGLE rừng
JUSTICE công lý

K

KEEP giữ gìn
KETTLE ấm nấu nước
KEY chìa khoá
KICK đá (như đá banh)

KILL giết
KIND có lòng nhân từ
KINDERGARTEN lớp ấu trĩ
KISS hôn
KITCHEN nhà bếp
KNEE đầu gối
KNEEL quì gối
KNIFE dao
KNOW biết

L

LABEL nhãn hiệu
LABOR nhân công; lao động
LABORATORY phòng thí nghiệm
LADY bà
LAKE hồ nước
LAMB con trừu non; thịt trừu non
LAMP đèn
LAND đất
LANE (đường nhỏ)
LANGUAGE ngôn ngữ
LARGE rộng lớn
LAST cuối cùng, chót

LATE trễ, muộn
LATHE máy tiện thép
LAUGH cười to
LAUNDER giặt
LAUNDROMAT (tiệm giặt có máy giặt
    và sấy để khách tự làm lấy)
LAUNDRY quần áo phải giặt
LAUNDRYMAN thợ giặt
LAW pháp luật
LAWYER luật sư
LAZY lười biếng

129

LEAD   dẫn đường; lãnh đạo

LEAF   lá cây

LEARN   học

LEASE   bản giao kèo mướn nhà

LEAVE   sứ giả

LEEK   tỏi tây

LEFT   bên trái

LEG   ống chân

LEMON   chanh vàng

LEND   cho mượn

LENGTH   chiều dài

LET   để, để cho

LETTUCE   rau xà lách

LEVEL   trình độ, cấp, mức

LIBRARY   thư viện

LIFE   sanh mạng, đời sống

LIE   nói láo, nói dối

LIGHT   ánh sáng

LIGHTING   chớp

LIKE   ưa, thích

LIMA BEAN   đậu tây

LIME   chanh xanh

LINE   hàng, giồng

LINEN CLOSET   tủ cất mền, gối

LIQUID   chất lỏng

LIST   danh sách

LITTLE   nhỏ; ít

LIVE   sống; ở

LIVING ROOM   phòng khách

LOAN   cho vay

LOBSTER   tôm hùm

LOCATE   xác định vị trí

LOCK   khoá

LOCKER ROOM   (phòng cất tạm hành lý tại bến xe đò, ga hoả xa)

LOCKSMITH   thợ sửa khoá

LONELY   lẻ loi, đơn độc

LONG   dài; lâu

LOOK   nhìn, xem

LOSE   mất, đánh mất

LOT   lô, phần, số

LOUD   lớn tiếng

LOVE   yêu thương

LOW   thấp

LUBRICATE   vô dầu

LUCK   may mắn

LUNCH   bữa ăn trưa

M

MACHINIST   thợ dồ thép

MAID   chị ở, người ở

MAIL   thơ từ (gởi qua hệ thống bưu chính)

MAKE   làm

MALE   thuộc về giống đực

MAN   người; đàn ông

MANAGER   quản lý

MANY   nhiều

MAP   bản đồ

MARCH   tháng ba

MARK   làm dấu

MARKET   chợ

MARRY   cưới

MASS   đám. đống

MATERIAL   vật liệu

MATH   toán pháp

MATTER   vật thể

MATTRESS   nệm giường

MAY   tháng năm

MAYOR   thị trưởng

MEAL bữa cơm

MEAN có nghĩa là

MEANS phương tiện

MEASURE đo lường

MEAT thịt

MECHANIC thợ máy

MEDICINE thuốc men

MEET gặp gỡ

MELT tan, trở thành chất lỏng

MEMBER nhân viên, hội viên

MEMORY trí nhớ

MENTION nói tới, đề cập tới

METAL kim loại

METHOD phương pháp

MIDDLE giữa

MIDNIGHT nửa đêm

MILE (đơn vị đo khoảng cách,
  bằng 1.61 cây số)

MILLION triệu

MILK sữa

MIND trí óc

MINER thợ mỏ

MINERAL khoáng chất

MINIMUM tối thiểu

MINISTER (giáo sĩ phái Tin Lành)

MINUTE phút

MIRROR kiếng soi mặt

MISS hụt, trật, thiếu

MISTAKE lỗi lầm

MIX pha trộn

MODERN tân tiến

MOMENT lúc, khi

MONDAY ngày thứ hai

MONEY tiền bạc

MONEY ORDER bưu phiếu

MONTH tháng

MOON mặt trăng

MOP (một thứ dụng cụ dùng để
  chùi rửa sàn nhà)

MORNING buổi sáng

MOTEL (khách sạn cho khách du
  hành bằng xe hơi)

MOTHER mẹ

MOTHER-IN-LAW mẹ chồng; mẹ vợ

MOTOCYCLE xe máy dầu

MOUNTAIN núi

MOUTH miệng

MOVE chuyển động, di chuyển

MOVIE hát bóng

MOVIE THEATER rạp hát bóng

MUCH nhiều

MUSCLE bắp thịt

MUSHROOM nấm

MUSIC nhạc

MUSTACHE râu mép

MUSTARD GREEN rau cải đắng

N

NAIL đinh

NAME tên

NAPKIN khăn ăn

NARROW hẹp

NATION quốc gia

NATIONALITY quốc tịch

NATURE thiên nhiên; bản tính

NEAR gần

NECESSARY cần thiết

NECK cổ

NECKLACE vòng cổ

NEED cần; nhu cầu

NEEDLE kim

NEIGHBOR láng giềng

NEPHEW cháu trai, con của anh,
  chị, hay là em

NEW mới

NEWS tin tức

NEXT kế tiếp

NICE hay, tốt, tử tế

NICKEL (đồng năm xu)

NIECE cháu gái, con của anh,
  chị, hay là em

NIGHT đêm

NOISE tiếng động, tiếng ồn

NOON giữa trưa, đúng ngọ

NORMAL bình thường

NORTH phía bắc

NOSE mũi

NOTE lưu ý

NOTEBOOK cuốn vở, cuốn tập

NOTICE cáo thị

NOVEMBER tháng mười một

NOW hiện giờ, bây giờ

NUMBER số

NURSE y tá

NURSERY trường, lớp mẫu giáo

NUT hạt nhân

O

OBEY vâng lời

OBJECT đồ vật

OBSTETRICIAN bác sĩ khoa hộ sản

OCCUPATION nghề nghiệp

OCEAN đại dương

OCTOBER tháng mười

OFFER dâng; mời; đưa; trả; v.v...

OFFICE văn phòng

OFFICIAL viên chức

OIL dầu

OLD già; cũ

ONCE một lần

ONE-WAY TICKET vé đi một chuyến

ONION củ hành

OPEN mở

OPERATE điều hành, điều khiển

OPERATOR tổng đài viên điện thoại;
  người điều hành

OPHTHALMOLOGIST bác sĩ bệnh mắt

OPPOSE phản đối, chống lại

OPPOSITE đối diện

OPTICIAN thợ làm kiếng mắt

ORANGE cam

ORCHESTRA giàn nhạc, ban nhạc
  hợp tấu

ORDER ra lệnh; đặt mua hàng hoá

ORGANIZE tổ chức

OUNCE đơn vị trọng lượng bằng
  28.35 gam

OUTSIDE phía ngoài

OVERSHOES (giày đi mưa, đi tuyết,
  mang phía ngoài giày thường)

OWE nợ tiền, nợ ơn

P

PACKAGE   cái gói

PAGE   trang

PAIN   đau

PAINT   sơn; họa

PAIR   đôi, cặp

PAJAMAS   quần áo ngủ

PAMPHLET   (loại ấn phẩm nhỏ)

PAN   son, chảo, nồi

PANTSUIT   (bộ đồ gồm quần
   dài và áo ngoài, của phụ
   nữ mặc)

PANTS   quần

PAPER   giấy

PARADE   cuộc diễn hành

PARDON   tha lỗi

PARENTS   cha mẹ

PARK   công viên

PARKING   chỗ đậu xe

PAROCHIAL SCHOOL   trường đạo

PART   bộ phận

PARTY   nhóm, đảng; buổi hội
   họp ăn uống

PASS   đi thông qua

PASSENGER   hành khách

PASSPORT   thẻ thông hành

PATIENCE   tánh kiên nhẫn

PATIENT   bệnh nhân

PATIO   sân lót đá ở cạnh nhà

PATTERN   khuôn, mẫu

PAY   trả tiền

PEACE   hoà bình

PEACH   trái đào lông

PEANUT   đậu phụng

PEAR   lê

PEAS   đậu hoà lan

PEDIATRICIAN   bác sĩ bệnh trẻ con

PEN   cây viết mực

PENCIL   cây viết chì

PENNY   xu

PEOPLE   người; người ta; dân chúng

PEPPER   tiêu; ớt

PERCENT   phần trăm

PERFECT   hoàn toàn

PERIOD   thời kỳ, giai đoạn

PERMANENT   thường trực

PERMIT   cho phép; giấy cho phép

PERSON   người

PHARMACIST   dược sĩ

PHONE   điện thoại

PHOTOGRAPHER   thợ chụp hình

PHRASE   câu nói

PHYSICIAN   bác sĩ y khoa

PICTURE   hình ảnh; tranh

PIECE   mảnh, miếng

PIG   heo

PILLOW   gối

PILLOW CASE   áo gối

PIN   cái ghim

PINK   màu hồng

PINT   đơn vị thể tích, bằng 0.47 lít

PIPE   (ống dẫn nước, dầu, v.v...;
   ống điếu)

PLACE   chỗ, nơi

PLAN   dự định; chương trình dự định

PLANE   máy bay

PLANT   cây; trồng cây

PLATE   (dĩa lớn)

PLATFORM   thềm, bục

PLAY   chơi đùa

PLEASANT   dễ chịu

PLUM   mơ

PLUMBER   thợ sửa ống nước

PLUS   cộng

POCKET   cái túi

POINT   chỉ; điểm; đầu nhọn

POISON   thuốc độc

POLICE   cảnh sát

POLICE OFFICER   nhân viên cảnh sát

POLICE STATION   bót cảnh sát

POLICY   chánh sách, đường lối

POLITE   có lễ độ

POOR   nghèo cực

POPULATION   dân số

PORCH   (mái hiên thường thường có bao lưới, phía trước, sau, hay bên hông nhà)

PORK   thịt heo

PORT   (cảng, như hải cảng, phi cảng, giang cảng)

PORTER   (phu xách hành lý tại ga hoả xa, phi trường)

POSITION   vị trí; địa vị

POSSIBLE   có thể, có cơ

POST   nhiệm sở

POST OFFICE   nhà giây thép, bưu điện

POSTAGE   tiền tem

POTATO   khoai tây

POTS AND PANS   son nồi

POUND   đơn vị trọng lượng, bằng 0.45 kí lô

POWDER   bột

POWER   quyền hành, thế lực

PRACTICE   tập dượt, thực hành

PRAY   cầu nguyện

PRAYER   kinh, hoặc lời cầu nguyện

PRESCRIPTION   đơn thuốc

PRESENT   hiện tại

PRESIDENT   tổng thống; chủ tịch; giám đốc

PRICE   giá tiền

PRINCIPAL   hiệu trưởng

PRINTER   thợ in

PRISON   nhà tù

PRIVATE   riêng tư

PRIZE   giải thưởng

PROBLEM   vấn đề, việc, chuyện

PROCESS   cách thức

PRODUCE   sản xuất

PRODUCT   sản phẩm

PROFESSION   nghề nghiệp

PROFESSOR   giáo sư đại học

PROFIT   lợi tức

PROGRAM   chương trình

PROGRESS   tiến bộ

PROMISE   hứa hẹn; lời hứa hẹn

PROPERTY   tư sản

PROPOSE   đề nghị

PROTECT   bảo vệ, che chở

PROTEST   phản đối

PROUD   hãnh diện

PROVE   chứng tỏ, chứng minh

PROVIDE   đài thọ

PRUNE   mận

PSYCHOLOGIST   nhà tâm lý học

P.T.A   hội phụ huynh và giáo sư

PUBLIC   công chúng

PUBLIC SCHOOL   trường công

PUBLISH xuất bản

PUDDING (một thức ăn ngọt dùng
  tráng miệng)

PULL kéo, rút

PUMPKIN bí rợ, bí đỏ

PUNISH trừng phạt

PURE nguyên chất: trong sạch

PURPLE màu tím

PURPOSE mục đích

PURSE ví tiền

PUSH đẩy

PUT để, đặt

Q

QUALITY phẩm chất

QUANTITY số lượng

QUARTER một phần tư

QUESTION câu hỏi

QUICK mau, lẹ

QUIET yên lặng

R

RACE đua; cuộc đua

RACE chủng tộc

RADIO vô tuyến điện

RADISH củ cải đỏ

RAILROAD STATION nhà ga hoả xa

RAIN mưa

RAINCOAT áo mưa

RAISE nâng cao; nuôi cho lớn

RAISINS nho khô

RAZOR dao cạo râu

REACH đạt tới

READY sẵn sàng

REAL thật sự

REAL ESTATE đất đai nhà cửa,
  bất động sản

REASON lý trí; lý do

REASONABLE hữu lý, có lý, đúng lý

RECEIPT biên lai

RECENT gần đây, mới đây

RECESS giờ nghỉ

RECOGNIZE công nhận, thừa nhận

RECOMMEND (giới thiệu với những
  lời phê bình tốt)

RECORD đĩa hát; hồ sơ

RECREATION giải trí

RED màu đỏ

RED PEPPER ớt cay

REDUCE giảm, hạ, bớt

REFER nói tới, đề cập tới

REFRIGERATOR tủ lạnh

REGISTER ghi tên

REGISTERED MAIL thơ bảo đảm

REGISTRAR (viên chức phụ trách
  việc ghi tên tại học đường)

REGISTRATION (thủ tục ghi tên
  tại học đường)

REGULAR thường lệ

REJECT loại bỏ, gạt bỏ, phủ nhận

RELATION liên hệ

RELATIVES bà con

RELIGION tôn giáo

REMEMBER nhớ

RENT mướn nhà; tiền mướn nhà

REPLACE thay thế

REPORT phúc trình; bản phúc trình

REPORT CARD (phiếu điểm cuối khoá
  của học sinh)

REPRESENT đại diện cho

RESIDENT kẻ trú ngụ

RESPONSIBLE có trách nhiệm

REST nghỉ ngơi

RESTROOM (phòng đi tiểu, đi tiêu, rửa tay)

RESTAURANT tiệm ăn

RESULT kết quả

RESUMÉ tờ kê khai bối cảnh, lý lịch

RETURN trở về, trở lại

RICE cơm; gạo; lúa

RIDE đi bằng xe

RIGHT bên mặt, bên phải

RING chiếc nhẫn

RISE lên cao, tăng

RIVER sông

ROAD đường đi

ROB cướp

ROCK viên đá, tảng đá

ROLL cuộn

ROOF mái nhà

ROOM căn phòng

ROUGH gồ ghề, lởm chởm, nhám nháp

ROUND tròn

ROUND-TRIP TICKET vé khứ hồi

ROUTE đường đi

RUBBER cao su

RUG thảm trải sàn nhà

RUIN làm cho suy sụp; cảnh điêu tàn suy sụp

RULER cây thước kẻ

RUN chạy

S

SAD buồn

SAILOR thủy thủ

SALARY tiền lương

SALE bán; bán hạ giá

SALT muối

SALVATION ARMY STORE (nhà hàng bán đồ cũ như quần áo, bàn ghế, v.v... của tổ chức từ thiện Salvation Army)

SAME giống nhau

SAND cát

SANDALS dép

SANDPAPER giấy nhám

SARDINE cá mòi

SATISFY làm hài lòng

SATURDAY ngày thứ bảy

SAUCE PAN (cái chảo nhỏ)

SAVE cứu; dành dụm, tiết kiệm

SAW cái cưa

SAY nói

SCARF khăn quàng cổ

SCHEDULE thời khắc biểu

SCHOOL trường học

SCIENCE khoa học

SCIENTIST nhà bác học

SCORE điểm

SCREAM la, hét

SCREW đinh vít

SCREWDRIVER (cái vặn vít)

SEA biển

SEAFOOD đồ biển

SEARCH kiếm, tìm

SEAT chỗ ngồi, ghế

SECRET bí mật

SECTION phần, đoạn, v.v...

SEE thấy

SEEM dường như

SELFISH ích kỷ

SEMESTER khoá học

SEND gửi đi

SENTENCE câu

SEPTEMBER tháng chín

SERIOUS nghiêm trọng

SESAME mè, vừng

SETTLE giải quyết cho ổn thoả

SEW may

SHAKE lay động

SHALLOW cạn, nông cạn

SHAPE hình thể

SHARE chia sẻ

SHARP nhọn, bén

SHEET (một tấm gì; tấm vải
   trải giường)

SHERIFF (viên chức địa phương
   phụ trách an ninh trật tự
   công cộng)

SHINE chiếu sáng

SHIP tàu thủy; chuyên chở
   bằng tàu

SHIRT áo sơ mi

SHOCK (xúc động mạnh)

SHOE giày

SHOOT bắn

SHORT ngắn

SHOULDER vai

SHOW chỉ dẫn; cho xem

SHOWER (vòi nước rỉa để
   tắm; trận mưa rào, mưa giông)

SHRIMP tôm

SHUT đóng lại

SHY thẹn, mắc cỡ

SICK đau ốm

SIGN dấu hiệu

SILK lụa

SILVER bạc (kim khí)

SILVERWARE muỗng nĩa

SIMPLE đơn giản

SINCERE thành thật

SING ca, hát

SINK chìm xuống

SIT ngồi

SIZE cỡ

SKIN da

SKIRT váy phụ nữ

SKY bầu trời

SLEEP ngủ

SLEEVE cánh tay áo

SLIP (áo lót mặc trong áo đầm)

SLOW chậm

SMALL nhỏ

SMART khôn; thông minh

SMASH đập tan

SMELL ngửi; có mùi gì

SMILE cười

SMOOTH trơn tru

SNEAKERS (giày đế cao su;
   giày tennis)

SNOW tuyết

SOAP xà-bông

SOCKS tất ngắn, vớ

SOIL đất

SOFA ghế xô-pha

SOLID vững chắc; chất cứng, thể
   cứng

SOLDIER lính
SOME một ít, một vài
SON con trai
SON-IN-LAW con rể
SONG bài ca
SORE đau nhức; mụt nhọt
SORT loại, thứ
SORRY buồn lòng
SOUND âm thanh
SOUP xúp, canh
SOUR chua
SOYBEAN đậu nành
SPACE chỗ
SPEAK nói
SPECIAL đặc biệt
SPECIALIST chuyên viên
SPEECH diễn văn
SPEED tốc độ
SPELL đánh vần
SPICES đồ gia vị
SPEND tiêu xài
SPLIT xẻ
SPONSOR người bảo trợ
SPOON muỗng, thìa
SPORT thể thao
SPRAIN trật chân, tay
SPREAD lan tràn
SPRING mùa xuân
SQUARE vuông
STAMP tem, cò
STAR ngôi sao
STARCH (bột hồ dùng khi ủi
   quần áo)
START bắt đầu

STATE tiểu bang
STATE tuyên bố
STATEMENT lời tuyên bố
STAY lưu lại
STEAL ăn cắp
STEEL thép
STEP bước
STEP-DAUGHTER con gái (con riêng
   của vợ hoặc chồng)
STEP-SON con trai (con riêng
   của vợ hoặc chồng)
STOMACH bụng
STOMACH ACHE đau bụng
STONE đá, thạch
STORE tiệm
STORY chuyện
STRANGE lạ
STREET đường phố
STRIKE đánh
STRING giây
STRING BEAN đậu đũa
STRONG mạnh
STUDY học
STUPID ngu đần
SUBJECT đề tài; vấn đề
SUCCEED thành công
SUDDEN đột ngột
SUFFER đau khổ
SUGAR đường (có vị ngọt)
SUIT bộ âu phục
SUITCASE va-li
SUMMER mùa hè
SUN mặt trời
SUNDAY chủ nhật

SUPERMARKET   siêu thị

SUPERVISOR   viên giám thị

SUPPLY   tiếp tế; đồ tiếp tế

SUPPORT   trợ giúp

SURFACE   trên mặt, ngoài mặt

SURGEON   bác sĩ khoa giải phẫu

SURNAME   họ

SURPRISE   ngạc nhiên

SWIM   bơi, lội

SWEATER   áo len

SWEET   ngọt

SWEET POTATO   khoai lang

SYSTEM   hệ thống

T

TABLE   bàn

TABLE CLOTH   khăn bàn

TAIL   cái đuôi; phần cuối

TAILOR   thợ may

TALK   nói chuyện

TAKE   lấy, đoạt, chiếm

TALL   cao

TANGERINE   quít

TAPE   giấy băng

TAPE MEASURE   thước giấy băng

TASTE   nếm

TAX   thuế

TAXICAB   xe tắc-xi

TEACH   dạy

TEACHER   thầy giáo

TEAM   đội, toán, nhóm

TEAPOT   bình trà

TEASPOON   (muỗng nhỏ)

TELEGRAM   điện tín

TELEPHONE   điện thoại

TELEVISION   máy truyền hình

TELL   (nói cái gì với ai)

TEMPORARY   tạm thời

TENANT   người ở nhà mướn

TENNIS   quần vợt

TERM   kỳ hạn

TERRIBLE   khủng khiếp

TEST   thi hạch, thử nghiệm

TEXT   bản văn

TEXTBOOK   sách giáo khoa

TICKET   vé

TIE   trói, buộc

TIE   cà vạt, nơ mang ở cổ

TIGHT   chật

TIME   thời giờ, thời gian

TIRED   mệt mỏi

THANK   cám ơn, tạ ơn, đội ơn

THEATER   rạp hát

THERE   ở đó

THICK   dày

THIN   mỏng; ốm, gầy

THING   đồ vật

THINK   suy nghĩ

THIRSTY   khát

THREAD   sợi chỉ

THRIFT SHOP   (tiệm bán rẻ tiền các
   loại đồ cũ như quần áo, bàn ghế
   v.v...)

THROAT   cuống họng

THROW   liệng, ném, quăng

THURSDAY   ngày thứ năm

THRUWAY   xa lộ

TOAST   bánh mì nướng

TODAY   hôm nay

TOE ngón chân

TOGETHER cùng với nhau

TOMATO cà chua, cà tô-mát

TOMORROW ngày mai

TON tấn

TONGUE lưỡi

TOOL dụng cụ

TOOTH răng

TOOTHACHE chứng nhức răng

TOOTH PASTE kem đánh răng

TOP trên chóp, trên đỉnh,
 trên mặt

TOUCH rờ, sờ; đụng đến

TOWEL cái khăn lau

TOWN thành phố nhỏ

TRADE nghề nghiệp

TRADE thương mãi

TRADE đổi chác

TRADITION truyền thống

TRAIN xe lửa

TRANSLATOR thông dịch viên

TRANSFER thuyên chuyển;
 giấy cho phép đổi qua đi
 xe buýt khác

TRANSPORT chuyên chở

TRAVEL du hành

TRAY cái khay

TREE cây

TRICK lừa đảo

TRIP chuyến du hành

TROUBLE điều phiền phức

TROUSERS quần dài

TROUT cá hương

TRUCK xe vận tải

TRUE thiệt, thật

TRUNK cái rương; cái thùng xe

TRUST tin cẩn, tín nhiệm

TRY thử

TUESDAY ngày thứ ba

TUITION học phí

TUNAFISH cá ngừ

TURKEY gà tây; thịt gà tây

TURN quay; rẽ, quẹo

TURNPIKE xa lộ

TURPENTINE dầu chùi sơn

TUTOR dạy kèm

TWICE hai lần

TYPE loại, thứ

TYPE đánh máy chữ

TYPIST người biết đánh máy chữ

U

UGLY xấu xí

ULCER đau ruột

UMBRELLA cây dù, cái ô

UNCLE chú; bác trai; cậu

UNDER dưới

UNDERSTAND hiểu

UNDERWEAR (quần áo bận lót ở trong)

UNION liên đoàn, liên kết

UNITE đoàn kết, kết hợp

UNITY đơn vị

UNIVERSITY đại học

UPHOLSTERER thợ sửa nệm ghế

UPSET đảo lộn

UPSTAIRS trên lầu

URGE thúc giục

USE xử dụng

USEFUL hữu dụng

USUAL thường lệ

V

VACATION nghỉ hè

VACCINATE chích ngừa, trồng ngừa

VACUUM CLEANER máy hút bụi

VALUE trị giá

VILLAGE làng, xã

VANILLA chất thơm va-ni

VANITY TABLE bàn ngồi trang điểm

VARY thay đổi

VEAL thịt bò non

VEIN mạch máu

VEGETABLES (các loại rau cải, củ, bí bầu, v.v.)

VIEW xem, coi

VIOLENT bạo động

VIRUS vi khuẩn, vi trùng

VISIT thăm viếng

VOICE tiếng nói

VOLUNTARY tình nguyện

VOTE bầu phiếu

W

WAIST eo lưng

WAIT chờ, đợi

WAITER người hầu bàn (nam)

WAITING ROOM phòng đợi

WAITRESS người hầu bàn (nữ)

WALK đi bộ

WALL vách tường

WALLET bóp tiền

WANT muốn

WAR chiến tranh

WARM ấm áp

WARN cảnh cáo

WASH rửa; giặt

WASHING MACHINE máy giặt quần áo

WATCH coi, xem

WATCHMAKER thợ sửa đồng hồ

WATER nước

WATERMELON dưa đỏ, dưa hấu

WAVE làn sóng

WAY đường lối; cách

WEAK yếu

WEATHER thời tiết

WEALTHY giàu có

WEAPON khí giới

WEAR bận, mặc

WEDNESDAY ngày thứ tư

WEEK tuần lễ

WEIGH cân

WELDER thợ hàn

WELL giỏi

WEST phương tây

WET ướt

WHEAT lúa mì

WHEEL bánh xe

WIDE rộng

WIFE vợ

WILD hoang dã, hoang vu

WIN thắng

WIND gió

WINDOW cửa sổ

WINE rượu chát

WING cánh

WINTER mùa đông

WIRE sợi giây thép; điện tín

WISE khôn ngoan

WISH   ước mong
WHITE   màu trắng
WITH   cùng với
WITHDRAW   rút lui, rút ra
WITHIN   ở bên trong
WITHOUT   không có
WOMAN   người đàn bà
WOOD   gỗ
WOOL   len
WORD   chữ
WORK   làm việc; việc làm
WORLD   thế giới
WORRY   lo âu
WOUND   thương tích
WRENCH   kìm vặn ốc bù-lon
WRITE   viết
WRONG   sai, trái

Y

YARD   (đơn vị chiều dài, bằng 0,91 thước)
YARDMAN   người dọn dẹp vườn tược)
YEAR   năm
YELLOW   màu vàng
YESTERDAY   hôm qua
YOGURT   (một thức ăn làm từ sữa chua mà ra)
YOUNG   trẻ trung
YOUTH   tuổi thanh niên; người thanh niên

Z

ZOO   vườn bách thú, sở thú